சுயமரியாதை

ஒரு நூற்றாண்டின் சொல்!

சுப.வீரபாண்டியன்

நக்கீரன்
வெளியீடு

சுயமரியாதை

சுப.வீரபாண்டியன்

பதிப்பு 2025
பக்கங்கள் 152
நூலின் அளவு (14X21.5) டெமி
ரூபாய் 135/-

வெளியீடு
நக்கீரன் பப்ளிகேஷன்ஸ்
105, ஜானி ஜான்கான் சாலை
இராயப்பேட்டை
சென்னை 14
செல்: 044- 2688 1700

நூலழகு
துரை.கணேசன்

கட்டமைப்பு
சாருபிரபா பிரிண்டர்ஸ் லிட்.,
சென்னை 14

அச்சாக்கம்
என் பிரிண்டர்ஸ்
சென்னை 14

SUYAMARIYATHAI

Subha.Veerapandian

Editon 2025
Pages 152
Book Size (14X21.5) Demy
Price : **Rs. 135/-**

Published by
Nakkheeran Publications
105, Jani JahanKhan Road
Royapettah, Chennai 14
Ph 044- 2688 1700

Book designed by
Durai.Ganesan

Binding by
Saaruprabha Printers Ltd.,
Chennai 14

Printed at
N Printers
Chennai 14

அறிமுகமாய்ச் சில சொற்கள்

2000ஆம் ஆண்டில், "தமிழ் மண்ணே வணக்கம்". 2012இல் "இளமை என்னும் பூங்காற்று" தொடர்களுக்குப் பின், மீண்டும் நக்கீரனில் 'சுயமரியாதை' என்னும் தலைப்பில் நான் எழுதிய தொடரே இப்போது (2016) இந்நூலாக வெளிவந்துள்ளது. நீதிக்கட்சியின் நூற்றாண்டில், நீதிக்கட்சித் தலைவர்களில் ஒருவரான பனகல் அரசரின் 150ஆவது பிறந்தநாளையொட்டி (1866 ஜூலை 9) இத்தொடர் தொடங்கியதில் மற்று மொரு மகிழ்ச்சி இருக்கவே செய்கிறது.

பிரிட்டனைச் சேர்ந்த எழுத்தாளர், மார்க்சியச் சிந்தனையாளர், 'யார்க்சயர் அப்சர்வர்' (Yorkshire observer) என்னும் ஏட்டின் செய்தியாளர் கிறிஸ்டோபர் காட்வெல் (Christopher caudwell) தன்னுடைய தோற்றமும் உண்மையும் (illusion and reality) என்னும் நூலில் ஓர் அழுத்தமான கருத்தை வெளியிட்டிருப்பார். அந்த வரிகளே இந்தத் தொடரின் தலைப்பைத் தீர்மானித்தன

ஒரு சொல்லுக்குப் பின்னால் ஒரு சமூகத்தினுடைய வரலாறு உறைந்திருக்கிறது" என்பது அவர் கூற்று.

ஆழ்ந்த பொருளுடைய இத்தொடர், உலகின் பல்வேறு சமூகங்களுக்கும் பொருந்தக்கூடியது. நம்மைப் பொறுத்தமட்டில், 'சுயமரியாதை' என்னும் சொல்லுக்குப் பின்னால் தமிழ்ச் சமூகத்தின் இருபதாம் நூற்றாண்டு வரலாறு உறைந்து கிடக்கிறது என்று சொல்லலாம்.

ஆம்! சுயமரியாதை என்பது வெறுமனே ஒரு சொல் அன்று; அது ஒரு நூற்றாண்டின் சொல்!!

-சுப.வீரபாண்டியன்

பதிப்புரை

நமக்கான வரலாறு

'ஓ.. கவிஞர்களே! இந்த பூமியைப் புரட்டக்கூடிய நெம்புகோல் கவிதையை உங்களில் யார் எழுதப் போகிறீர்கள்' எனக் கேட்டவர் கவிஞர் மேத்தா. பூமிப்பந்தை ஒரு நெம்புகோலால் புரட்டவேண்டும் என்றால், அதனை எங்கே பொருத்தி நெம்ப வேண்டும் என்ற சமூக விஞ்ஞானம் தெரிந்திருக்க வேண்டும். அப்படித்தான் ஆயிரக்கணக்கான ஆண்டுகளாக நமது மண்ணில் நிலவி வந்த சாதி-வருணாசிரம ஒடுக்குமுறைகளை 'சுயமரியாதை' என்ற நெம்புகோலால் புரட்டித் தள்ளியது திராவிட இயக்கம்.

நூறாண்டு கடந்த திராவிட இயக்கத்தின் வரலாற்றில் சுயமரியாதை என்ற சொல்லும், அதன் பெயரில் அமைந்த இயக்கமும், அது நடத்திய போராட்டங்களும், அதனால் எதிர்கொண்ட நெருக்கடிகளும் வரலாற்றின் பக்கங்களில் தழும்புகளாக நிலைத்துள்ளன. அந்த பேரியக்கம் விளைவித்த பலன்கள் தலைமுறைகள் கடந்தும் நீடிக்கின்றன.

எப்போதுமே நாம் நமது பாட்டனின் வாழ்க்கையை அறிந்துகொள்ள பார்வையைத் திருப்புவதில்லை. நமது வாழ்வின் சிக்கல்களை பற்றித்தான் யோசித்துக் கொண்டிருப் போம். இதைவிட சிக்கல்களும் அவமானங்களும் சோதனை களும் நிறைந்த வாழ்வைத்தான் நம் மூதாதையர் வாழ்ந்தனர் என்பதையும் அதிலிருந்து அவர்கள் விடுதலை பெற்றுத்தான் நமக்கு இந்த வாழ்வை அளித்திருக்கிறார்கள் என்பதையும் புரிந்துகொள்ளும்போது நம்முடைய எதிர்காலத்தைப் பற்றிய

அச்சம் விலகும். நம்பிக்கை பிறக்கும். திராவிட இயக்கம்-பொதுவுடைமை இயக்கம் போன்ற அடித்தட்டு மக்களின் உரிமைகளுக்காகப் பாடுபட்ட இயக்கங்களின் வரலாற்றுப் பக்கங்களில் உள்ள தழும்புகளைத் தடவிப் பார்த்தால் அதில் நம் பாட்டனின் தழும்பேறிய கைகள் தெரியும். இன்று பஞ்சு போல இருக்கும் நம் உள்ளங்கையின் வரலாற்றுப் பின்னணியும் புரியும்.

இன்றைய தலைமுறைக்கு நேற்றைய வரலாற்றைப் புரிய வைக்கும் புத்தகம்தான், பேராசிரியர் சுப.வீ. அவர்கள் எழுதியுள்ள 'சுயமரியாதை-ஒரு நூற்றாண்டின் சொல்' என்கிற இந்த ஆவணம். மூன்று நாட்களுக்கு ஒரு முறை வெளியாகும் நக்கீரன் இதழில் தனது சுற்றுப்பயணங்களுக்கு நடுவிலும் தொய்வின்றித் தொடராக அண்ணன் சுப.வீ. அவர்கள் எழுதியது இன்று நூல் வடிவம் பெற்றுள்ளது. நூல்களின் சூழ்ச்சியையும், அதனை முறியடிக்கும் சூத்திரமாக சுயமரியாதை என்ற சொல் எப்படிப் பயன்பட்டது என்பதையும் எளிய நடையில்-உரிய ஆதாரங்களுடன் அவர் விளக்கியிருக்கிறார். கருத்துகளை ஒளிவு மறைவின்றி வெளிப்படுத்தும் துணிவு சுப.வீ.யின் இயல்பு. அதன்காரணமாக தடா, பொடா சிறை வாசங்களை அவர் அனுபவித்தபோதும் தன் கொள்கை உறுதியிலிருந்து அவர் ஒருபோதும் தவறியதில்லை. ஆள்வோரின் அடக்குமுறைகளை எதிர்கொண்டும் ஆயிரமாண்டுகால அதிகாரங்களுக்கு எதிர்நின்றும் தன் கருத்துகளை வெளிப்படுத்தும் அண்ணன் சுப.வீ. இந்தப் புத்தகத்தை கருத்துப் பேழையாக நமக்குத் தந்திருக்கிறார்.

பலருடைய வரலாற்றைப் படித்திருப்போம். ஆனால், இந்த வரலாற்றுப் புத்தகம் என்பது பலரும் பங்கேற்றுள்ள நமக்கான வரலாறு. நம் தலைமுறையின் வரலாறு. இனத்தின் வரலாறு. கண்ணாடி முன் நின்று பார்க்கும்போது நமது தோற்றமும் அதில் உள்ள நிறை-குறைகளும் தெரியும். குறைகளைக் களைந்து நிறைகளை நோக்கி நாம் வந்ததைத் தெரிந்துகொள்ளும் கண்ணாடி முன் நம்மை நிறுத்தியிருக்கிறார் அண்ணன் சுப.வீ.

-என்றென்றும் உங்கள்
நக்கீரன் கோபால்

1

சாதி துவேஷமா சுயமரியாதை?

என் வலைப்பூவிற்கு, ஸ்ரீராம் அய்யர் என்னும் ஒருவரிடமிருந்து அவ்வப்போது விமர்சனக் கருத்துகள் வருகின்றன. அவர் யார், எங்கே இருக்கிறார், இது அவருடைய உண்மையான பெயர்தானா என்பன போன்ற விவரங்கள் ஏதும் எனக்குத் தெரியாது. எனினும், அண்மையில் அவர் அனுப்பி யிருந்த ஒரு பதிவு என்னுள் படிந்தது. இதற்கு நேர்மையாக விடை சொல்ல வேண்டும் என்று தோன்றியது. அவர் அனுப்பியுள்ள செய்தியை அப்படியே கீழே தருகின்றேன்:

"பெரியாரிஸம் பிராமண எதிர்ப்போடு நின்றுவிட்டது. பெரியாரிஸ்ட் என்றால், பிராமணர்களை கடுமையாக சாடுபவர் கள் என்ற பொருள்தான் பொதுவாக உள்ளது. நான் பெரியாரை படிக்காமலே என் மனதில் பெரியார் எதிரியாக அமர்ந்துவிட்டார். அதற்கு காரணம் பெரியார் இல்லை.

பெரியாரிஸ்ட்டுகள்."

ஸ்ரீராம் அய்யரின் கடிதத்தில் இரண்டு தொடர்கள் நாம் கவனத்தில் கொள்ள வேண்டியவை. "என்பதுதான் பொருள்" என்று கூறாமல், "என்ற பொருள்தான் பொதுவாக உள்ளது" என்கிறார். அடுத்ததாக, "நான் பெரியாரை படிக்காமலே..." என்று குறிப்பிடுகின்றார்.

இது யாரோ ஓர் அய்யரின் கருத்தோ, அக்கிரஹாரத்தின் கருத்தோ மட்டுமில்லை. அக்கிரஹாரத்திற்கு வெளியிலும் ஏறத்தாழ இதே நிலைதான் நிலவுகிறது. 'பெரியாரியம்', 'சுயமரியாதை' போன்ற சொற்கள் பார்ப்பன எதிர்ப்புச் சொற்கள் என்று மட்டும்தான் பலரும் கருதுகின்றனர். 'பெரியாரைப் படிக்காமலேதான்' அந்தக் கருத்துக்கு அவர்கள் வந்தும் சேர்கின்றனர். அப்படியானால், உண்மையை அறிந்துகொள்ள சுயமரியாதை இயக்கத்தின் வேர்களை நோக்கி நாம் பயணிக்க

வேண்டியுள்ளது.

நம் நாட்டிலும், உலகிலும் உள்ள எத்தனையோ இயக்கங்களைப் போன்று, ஒரு குறிப்பிட்ட நாளில், குறிப்பிட்ட இடத்தில் சுயமரியாதை இயக்கம் தொடங்கப்படவில்லை. அந்த விதை விழுந்த ஆண்டு என்று வேண்டுமானால் 1926-ஆம் ஆண்டைக் குறிப்பிடலாம். ஆனால் அந்த இயக்கம், கொஞ்சம் கொஞ்சமாகப் பரிணாம வளர்ச்சி பெற்று உருவான இயக்கம்.

1926 நவம்பர் இறுதியில், மதுரை தொடங்கி திருநெல்வேலி வரையில் பெரியார் தொடர் சுற்றுப்பயணம் மேற்கொண்டிருந்த வேளையில், தம் கருத்து, இயக்க வடிவம் பெற வேண்டியது குறித்து அவர் குறிப்பிடுகின்றார். "சென்ற வருடம் காஞ்சிபுரத்தில் நடந்த தமிழ்நாடு அரசியல் மாநாட்டிலிருந்தே நமது சுயமரியாதையைக் காப்பாற்ற நமக்கு ஒரு தனி இயக்கம் வேண்டும் என்பதாகப் பல முறை பேசியும் எழுதியும் வந்திருக்கிறேன்'' என்கிறார். அதனை மக்கள் ஏற்றுக் கொண்டதாலும், வரவேற்பதாகத் தெரிந்துகொண்டதாலும் அந்த எண்ணம் பலப்பட்டு உள்ளதாகக் கூறுகின்றார். ஆக, 1926 இறுதியில்தான் இயக்கம் பற்றிய ஓர் இறுதி வடிவம் உருவாகத் தொடங்கியுள்ளது.

மறைந்த ஈ.வெ.கி.சம்பத், ஒரு கூட்டத்தில் பேசும்போது, இது குறித்து வேடிக்கையாகச் சில செய்திகளைக் கூறுவார். "சுயமரியாதை இயக்கத்தின் பெயர், நோக்கம், செயல்பாடுகள் எல்லாமே, எதிர்க்கருத்து உள்ளவர்களால் சிறிது சிறிதாக முடிவு செய்யப்பட்டது'' என்பார். ''என்னய்யா இந்த நாய்க்கர் பிராமணாளையே எதிர்த்துடுவார் போலிருக்கே" என்பார்கள். "எதிர்த்தால் என்ன தப்பு" என்று கேட்பார் பெரியார். "போகப் போகச் சாதியே இல்லைன்னு சொன்னாலும் சொல்லிடுவார் போலிருக்கு" என்பார்கள். "சாதி இல்லதான். சாதி இருந்து யாருக்குப் பிரயோஜனம், இல்லாமலே போகட்டும்" என்று விடை சொல்லுவார் பெரியார். "என்ன ஓய், இந்த ராமசாமி நாய்க்கர் போற போக்கப் பாத்தால், கடைசியா கடவுளே இல்லைன்னு சொன்னாலும் சொல்லிடுவாரோ" என்று பீதி கிளப்புவதாக எண்ணிக்கொண்டு பேசுவார்கள். பெரியார் நிதானமாக அடுத்த கூட்டத்தில் சொல்லுவார், "உண்மைதான்யா, இந்தக் கடவுளை வைத்துக் கொண்டுதான் மதம், சாதி எல்லாம் வருகிறது. கடவுளே இல்லை போ!".

பரிணாம வளர்ச்சியின் இறுதிக்கட்டத்தில், திருவாரூருக்கு அருகில் உள்ள விடயபுரம், கண்கொடுத்தவனிதம் ஆகிய

ஊர்களில் உரையாற்றும்போது "கடவுள் இல்லை, கடவுள் இல்லை, கடவுள் இல்லவே இல்லை" என்னும் புகழ் பெற்ற தொடரை அவர் வெளிப்படுத்தினார். அது 1967-ஆம் ஆண்டு.

பிறகு அவருடைய சிலைகளுக்குக் கீழே எல்லாம் அந்தத் தொடர் எழுதப்பட்டது. அதனை எதிர்த்து நீதிமன்றத்தில் வழக்குத் தொடரப்பட்டது. அந்த வழக்கை விசாரித்த, கடவுள் நம்பிக்கை உடைய நீதிபதி எம்.எம்.இஸ்மாயில் என்ன தீர்ப்பு வழங்கினார் தெரியுமா?

2

கடவுளும் பெரியாரும்!

தஞ்சை, தருமபுரி ஆகிய ஊர்களில் அன்று எழுப்பப் பட்டிருந்த பெரியார் சிலைகளின் அடிபீடத்தில் கடவுள் மறுப்புத் தொடர்கள் எழுதப்பட்டிருந்தன. அவற்றை எதிர்த்தும், அந்த வரிகளை நீக்க வேண்டும் என்று கோரியும் முன்னாள் துணைமேயர் டி.ஜி. கிருஷ்ணமூர்த்தி, சென்னை உயர்நீதி மன்றத்தில் வழக்குத் தொடர்ந்தார். பக்திமான்கள் நம்பிக்கையை யும், உணர்வுகளையும் அவ்வரிகள் காயப்படுத்துவதாகத் தன் மனுவில் கூறியிருந்தார். அந்த வழக்கு, நீதிபதி எம்.எம்.இஸ்மாயில் அவர்களின் நீதிமன்றத்திற்கு வந்தது.

தில்லி உயர்நீதி மன்றத்திலிருந்து 1967 நவம்பரில்தான் நீதிபதி இஸ்மாயில் சென்னை உயர்நீதி மன்றத்திற்கு மாற்ற லாகி வந்திருந்தார். 1979-வரை நீதிபதியாகவும், 1979-81இல் தலைமை நீதிபதியாகவும் அவர் பொறுப்பு வகித்தார். வழக்கு

மூன்றாண்டுகள் நடைபெற்றது.

இறுதியாக, 11-10-1973 அன்று தீர்ப்பு சொல்லப்பட்டது. "மனுதாரர் குறிப்பிட்டிருப்பது போல அந்த வாசகங்கள் பொதுஒழுங்கிற்கு குந்தகம் ஏற்படுத்தும் என்று கருத இடமில்லை" என்றும், "சட்டப்பிரிவு இ.பி.கோ. 295-25(1) கீழ் இது வராது" என்றும் கூறி வழக்கைத் தள்ளுபடி செய்தார். "அவரவர் சிலையின் கீழ் அவரவர் சொன்னதைத்தானே எழுத முடியும்" என்றும் நீதிமன்றத்திலேயே கூறினார்.

அதன்பிறகு, எந்த ஊரில் சிலை வைத்தாலும், அந்தச் சிலையின் அடிபீடத்தில் இந்தத் தொடர்களை எழுதுவது வழக்கமான ஒன்றாகிவிட்டது. இன்று தமிழகத்தின் நூற்றுக்கணக்கான ஊர்களில் அய்யாவின் சிலையும், அதன்கீழ் இந்தத் தொடர்களும் இடம் பெற்றிருப்பதை நம்மால் காண

முடிகிறது.

நீதிமன்றம் வழக்கைத் தள்ளுபடி செய்துவிட்டாலும், அவ்வப்போது அது குறித்துச் சிலர் கேள்வி எழுப்பிக் கொண்டுதான் இருந்தனர். "கடவுள் இல்லை என்று சொல்லிவிட்டுப் போகட்டும். ஆனால் கடவுளைக் கற்பித்தவன் முட்டாள் என்பன போன்ற வரிகள் எல்லாம் எங்கள் நெஞ்சைப் புண்படுத்தாதா?" என்று சிலர் கேட்டனர். யாரோ கேட்கும் கேள்விக்கெல்லாம் நாம் ஏன் விடை சொல்லிக்கொண்டிருக்க வேண்டும் என்று பெரியார் நினைக்கவில்லை. அதற்கான விடையை அவர் விடுதலையில் எழுதினார்.

கடவுளைக் கற்பித்தவன் முட்டாள் என்று சொன்னால் பக்திமான்கள் மனம் புண்பட்டு விடுகிறதாம். அப்படியானால் கடவுளைக் கற்பித்தவன் புத்திசாலி என்று அவர்கள் கருதுகின்றார்களா? அப்படிக் கருதினாலும், கடவுள் கற்பிக்கப்பட்டவர் என்பதை அவர்கள் ஒப்புக்கொள்கின்றனர் என்றுதானே பொருள்! இல்லையில்லை, கடவுள் கற்பிக்கப் பட்டவர் என்பதையே நாங்கள் ஏற்கவில்லை என்று அவர்கள் கூறுவார்களேயானால், இந்தத் தொடர் பற்றி அவர்கள் ஏன் கவலைப்பட வேண்டும் என்று கேட்டார். கடவுள் கற்பிக்கப்பட்டவர் என்பதை ஏற்றுக் கொள்வோர் மட்டும் அப்படிச் செய்தவர் புத்திசாலியா, முட்டாளா என்பது குறித்து விவாதிக்கலாம் என்றும் அவர் குறிப்பிட்டார். அதற்குப் பிறகு அந்த விவாதம் உப்புச் சப்பற்றுப் போய்விட்டது.

இருப்பினும் கடவுள் மறுப்பு என்பதையும் தாண்டி, பெரியாரின் உள்ளம் சாதி எதிர்ப்பில்தான் ஆழப் பதிந்திருந்தது என்பதே உண்மை!

பொதுவாக, இறந்தபின்தான் சிலை எழுப்புவார்கள். ஆனால், தந்தை பெரியார் வாழ்ந்த காலத்திலேயே அவருக்குச் சிலை எழுப்பும் பணி தொடங்கிவிட்டது.

3

கடவுள் மறுப்பு - அங்கும் இங்கும்

உலகிலேயே கடவுள் மறுப்பை முதலில் சொன்னவர் பெரியார்தான் என்று எவரும் சொல்லமாட்டார்கள். கடவுள் நம்பிக்கை எவ்வளவு பழையதோ அதே அளவு கடவுள் மறுப்பும் பழையது. எத்தனையோ சிந்தனையாளர்கள் பெரியாருக்கு முன்பே அந்தக் கருத்தை வெளியிட்டுள்ளனர். எனினும் மேலை நாட்டுக் கடவுள் மறுப்புக்கும், பெரியார் முன்வைத்த கடவுள் மறுப்புக்குமிடையே ஒரு பெரிய வேறுபாடு உண்டு.

தத்துவ உலகில் கருத்து முதல் வாதமும், பொருள் முதல் வாதமும் மிக மிகப் பழையன. ஆதி கிரேக்கர்களின் காலத்திலேயே அந்த விவாதம் நடந்துள்ளது. எனினும் ஐரோப்பிய தத்துவ உலகத்தில் 16ஆம் நூற்றாண்டு தொடங்கி அது பற்றிய எழுத்துகளும், பதிவுகளும் காணக்கிடக்கின்றன.

16-ஆம் நூற்றாண்டில் பிரான்சில் வாழ்ந்த தத்துவாசிரியர் டெஸ்கார்ட்டஸ், 17ஆம் நூற்றாண்டைச் சேர்ந்த ஹாலந்தின் ஸ்பீனோசா, அதே நூற்றாண்டில் ஜெர்மனியில் பிறந்த லீப்னிஸ் ஆகியோர் சில முற்போக்கான கருத்துகளை முன்வைத்தனர். ஆனால் அவர்களில் எவர் ஒருவரும் கடவுள் மறுப்பாளர் இல்லை. கடவுளை மறுக்கவில்லை என்றாலும், சில மூட நம்பிக்கைகளுக்கு எதிராகக் கருத்துகளைக் கூறும் திறம் பெற்றிருந்தனர்.

18ஆம் நூற்றாண்டு இறுதியில் பிரான்சில் நடைபெற்ற புரட்சிக்குத் தூண்டுகோலாக இருந்த எழுத்துகளின் சொந்தக்காரர்கள் வால்டேரும், ரூசோவும். ஆதிக்கம் செலுத்திக் கொண்டிருந்த கத்தோலிக்க மத சபைக்கு எதிரான, துணிவான எண்ணங்களை அவர்கள் வெளியிட்டார்கள். கடவுள் ஒருபுறம் இருக்கட்டும், மதத்திற்கு எதிராகப் பேசுவதே அன்று தெய்வக் குற்றம்தான். அந்தக் குற்றத்தை இருவரும் துணிந்து செய்தனர். வால்டேரின் எழுத்துகள் இன்றும் 90 தொகுதிகளாக நமக்குக் கிடைக்கின்றன.

பிரான்ஸ் நாட்டின் தெரு அமைப்புகள் சதுரம் சதுரமாக இருக்கும். ஒவ்வொரு சதுரத்தின் முனையிலும் தேநீர்க் கடைகள் இருக்கும். அங்குதான் வால்டேர், ரூசோவின் கருத்துகள் விவாதிக்கப் பட்டன. இங்கு ஓர் ஒற்றுமையை நாம் பார்க்கலாம். பிரான்ஸைப் போலவே தமிழ் நாட்டிலும் தேநீர்க் கடை களிலும், முடி திருத்தும் நிலை

மார்க்ஸ்

டார்வின்

ரூசோ

வால்டேர்

யங்களிலும்தான் திராவிட இயக்கம் வளர்ந்தது.

தத்துவத்தின் அடுத்தகட்ட வளர்ச்சியை இம்மானுவேல் காண்ட், ஹெகல் ஆகியோர் கொண்டு வந்தனர். ஹைடல் பார்க் பல்கலைக்கழகத்தில் தத்துவத் துறைப் பேராசிரியராக இருந்த ஹெகல் எழுதிய 'தர்க்கத்தின் அறிவியல்' (Science of logic) என்னும் நூல் சிந்தனை உலகில் மிகப்பெரும் புரட்சியை உருவாக்கியது. ஆனால் அப்போதும் கடவுள் இல்லை என்ற கூற்று அங்கிருந்து எழவில்லை.

தன்னை ஒரு பொருள் முதல்வாதி என்றும், நாத்திகன் என்றும் முதலில் அழைத்துக் கொண்டவர் பாயர்பாக்தான்! ஹெகலின் மாணவர் அவர். ஹெகலைத் தன்னுடைய இரண்டாவது தந்தை என்று கூறியவர். ஆனாலும் தன் குருவாகவும், தந்தையாகவும் அவர் மதித்த ஹெகலின் கருத்துக்களிலிருந்து அவர் மாறுபட்டார். பொருள் முதல்வாதியாக அவர் வெளிப்பட்டார். மதவாத எதிர்ப்பில் அவர் முன் வரிசையில் நின்றார். இன்னமும் சரியாகச் சொல்ல வேண்டுமென்றால், அவர்தான் மார்க்ஸியத் தோற்றுவாயாகத் திகழ்ந்தார்.

19-ஆம் நூற்றாண்டின் மத்தியில் மார்க்ஸியத் தத்துவம் உலகிற்குக் கிடைத்தது. அரசியல், தத்துவம், பொருளாதாரம் என மூன்று தளங்களில் அது இயங்கியது. தத்துவத் தளத்தில் அது பொருள் முதல் வாதத்தை -அதாவது கடவுள் மறுப்பை முன்வைத்தது. ஏறத்தாழ அதே ஆண்டுகளில் டார்வின் தத்துவம் வெளியாயிற்று. படைப்புக் கொள்கையை மறுத்து, பரிணாமக் கொள்கையை அந்த ஆய்வு முன்மொழிந்தது.

மார்க்சியம், டார்வீனியம் ஆகிய இரு பெரும் தத்துவங்கள் ஒரே நேரத்தில் வெளிவந்து, உலகின் பார்வையையும் போக்கையும் மாற்றின.

ஆனால் தமிழ்நாட்டில் தந்தை பெரியார் கடவுள் இல்லை என்று அறுதியிட்டு உறுதியாகக் கூறியபோது அவர்,

பொருள்முதல் வாதம் போன்றவைகளின் அடிப்படையில் விவாதிக்கவில்லை. அன்றைய மணிப்பிரவாள அடிப்படையில், பொருள்முதல் வாதத்தைப் பெரியார் பிரகிருதிவாதம் என்று சொன்னாலும், அவருடைய கடவுள் மறுப்புக் கொள்கையின் அடித்தளமே வேறாக இருந்தது.

ஐரோப்பா போன்ற மேலை நாடுகளில், கடவுள் உண்டு, இல்லை என்னும் வாதம் அறிவுத் தளத்தில் நடைபெற்றுக் கொண்டிருக்க, பெரியாரோ அதனைச் சமூகநீதித் தளத்தில் நிகழ்த்தினார். அதுதான் நாம் மனம் கொள்ளவேண்டிய ஆகப்பெரிய வேறுபாடு!

4

சமூக நீதியும் கடவுள் மறுப்பும்

பெரியாரின் கடவுள் மறுப்பே, சமூக நீதியின் அடிப்படையில் எழுந்ததுதான் என்பதற்குப் பல சான்றுகள் உண்டு! வைணவ மரபுகளைக் கடுமையாகப் பின்பற்றிய ஒரு வைதீகக் குடும்பத்தில் பிறந்த அவருக்கு, அவர் குடும்ப நடவடிக்கைகளே ஓர் எதிர்க் கருத்தை அவரிடம் தோற்றுவித்தன. அதனால், யார் ஒருவருடைய நூலையும் படிக்காமல், தன் சுயசிந்தனையின் அடிப்படையில் ஒரு பகுத்தறிவாளராக உருப்பெற்றார். என்றாலும் பகுத்தறிவு அடிப்படையில் தோன்றிய கடவுள் மறுப்புக் கோட்பாட்டைச் சாதி எதிர்ப்பு, சமூக நீதி என்னும் தளங்களிலேதான் நிலைநிறுத்தினார்.

1919இல் காங்கிரசில் சேர்ந்த அவர், 1925 இறுதியில் அக்கட்சியை விட்டு விலகினார். காங்கிரஸ் கட்சி கடவுள் மறுப்பை ஏற்கவில்லை என்று கூறி அவர் அக்கட்சியை விட்டு

விலகவில்லை. சமூக நீதிக்கு வழிவகுக்கும் பாதைகளில் ஒன்றான இட ஒதுக்கீட்டை ஏற்கவில்லை என்பதனாலேயே விலகினார்.

காங்கிரஸ் கட்சியையும், காந்தியாரின் தலைமையையும் முழுமையாக ஏற்றுக் கொண்டிருந்த காலத்திலேயே அவர் சாதி ஏற்றத் தாழ்விற்கு எதிரானவராகத்தான் இருந்தார். வைக்கம் போராட்டமும், வ.வே.சு.அய்யரின் சேரன்மாதேவி குருகுலப் போராட்டமும் அவர் காங்கிரசில் இருக்கும்போதேதான் நடந்தன. இரண்டிலும் அவருடைய பங்கு மிகப் பெரியது. வைக்கம் போராட்டத்தில் பெரியாரின் தியாகத்தைப் பாராட்டி அண்ணல் அம்பேத்கர் எழுதியிருப்பதை, அவருடைய வாழ்க்கை வரலாற்றை எழுதியுள்ள தனஞ்சய் கீர் தன் நூலில் குறிப்பிடுகின்றார்.

1920 இறுதியில் இரட்டை ஆட்சி முறை அடிப்படையில் பிரிட்டிஷ் அரசு முதன் முதலாகத் தேர்தலை இந்தியாவில் நடத்தியபோது, காங்கிரஸ் அதில் கலந்து கொள்ளவில்லை. ஆனால் கட்சியின் ஒரு பகுதியினர் அந்த நிலைப்பாட்டை ஏற்கவில்லை. தேர்தலில் வென்று உள்ளே சென்று சட்ட மன்றத்தை முடக்க வேண்டும் என்ற கருத்து கொண்டிருந்தனர். அவர்களின் கருத்து 1922இல் வலுப்பெற்றது. அதன் விளைவாக 1922 டிசம்பரில் கயாவில் நடைபெற்ற காங்கிரஸ் மாநாட்டில், சுயராஜ்யக் கட்சி என்ற ஒன்றை உருவாக்கினர். அக்கட்சி 1923 ஆம் ஆண்டு தேர்தலில் போட்டியிடும் என்று அறிவித்தனர்.

சுயராஜ்யக் கட்சியில் பார்ப்பனத் தலைவர்களின் கையே ஓங்கி இருந்தது. அதனை அப்போதே பெரியார் கண்டித்தார். ''சுயராஜ்யக் கட்சியின் அரசியல் கொள்கைகளை விட, நீதிக்கட்சியின் அரசியல் கொள்கை தாழ்வானது அல்ல" என்றும், "அந்நிய ராஜ்யத்திற்கு மறைமுகமாகத் துணைபோகும் இவர்களை சுயராஜ்யக் கட்சி என்று அழைக்க நேரிட்டுள்ளதே" என்றும், குடியரசு (1925 செப்டம்பர்) இதழில் எழுதினார்.

சுயராஜ்யக் கட்சித் தலைவர் ஸ்ரீமான் ஸ்ரீனிவாச அய்யங்கார் பற்றிக் கடுமையாக விமர்சனம் செய்தார். "பொழுது விடிந்தால், கோர்ட்டுக்குப் போய் என் கடவுளே, பிரபுவே என்று வெள்ளைக் கார நீதிபதியைக் கெஞ்சி அதன் மூலம் பணம் சம்பாதிக்கும் இவர் சுயராஜ்யம் பற்றிப் பேசுவதை என்னவென்று சொல்வது" என்றார். காந்தியடிகள் வக்கீல் தொழிலைக் கைவிட வேண்டும் என்று சொன்னபோது, மகாத்மாவுக்குப் புத்தியில்லை என்று சொல்லிவிட்டு, கோர்ட்டுக்குப் போய்ப் பணம் சேர்த்தவர்தான் இவர் என்பதையும் தன்னுடைய கட்டுரையில் சுட்டிக் காட்டினார்.

தலைவராகக் காந்தியாரை ஏற்றுக்கொண்டிருந்தாலும், சாதி

எதிர்ப்பில் மிக உறுதியாக இருந்தார் பெரியார். தீண்டாமை ஒழிப்பைக் காந்தியார் முன்வைத்தார். பெரியாரோ, ‘சாதியை ஒழிக்காமல் தீண்டாமையை ஒழிக்க முடியாது’ என்றார். 1925 மத்தியில், காரைக்குடியில் நடைபெற்ற முதல் ராமநாதபுரம் மாவட்ட அரசியல் காங்கிரஸ் மாநாட்டில், தீண்டாமை விலக்குத் தீர்மானத்தை ஆதரித்துப் பேசிய பெரியார், சாதி ஒழிப்புத்தான், தீண்டாமைக்குத் தீர்வு என்பதை வலியுறுத்தினார்.

பிற்காலத்தில், சாதி ஒழிப்பு என்பது கடவுள், மதம், வேதம் ஆகியனவற்றோடும் பின்னிப் பிணைந்துள்ளது என்பதை அவர் கண்டறிந்தார். கடவுள் உட்பட, சாதிக்கு ஆதரவாக இருக்கும் எதனையும் அவர் விட்டுவைக்கத் தயாராக இல்லை.

வா.வே.சு.

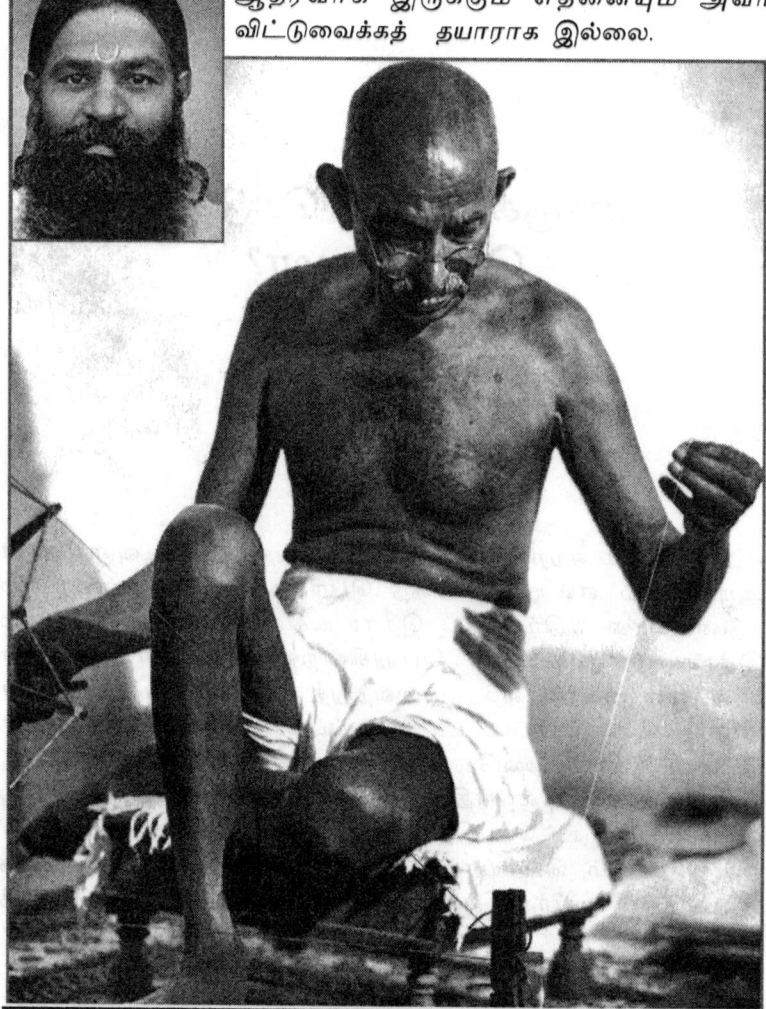

5

யாருக்கேனும் கெடுதல் செய்தோமா?

சாதிய ஏற்றத்தாழ்விற்கு இந்துமதமும், கடவுளும்தான் அடிப்படை என்று உணர்ந்த பெரியார், அவ்விரண்டையும் கடுமையாக எதிர்க்கத் தொடங்கினார். கடவுள், மதம் இரண்டினாலும் பயன் பெறுகின்றவர்கள் பார்ப்பனர்கள் என்பதால் அவர்களைக் குறி வைத்துத் தாக்கினார். மற்றபடி யார் மீதும் எந்தத் தனிப்பட்ட வெறுப்பும் பெரியாருக்கு இருந்ததில்லை. இதனை அவரே கூறியுள்ளார்.

'நமது நாட்டில் சாதிக் கொடுமையும் பிறவியினால் உயர்வு அகங்காரமும் உடனே தொலைய வேண்டியது அவசியமாகும்' என்று கூறும் பெரியார், அதனையே தன் சுயமரியாதை இயக்கத்தின் உயிர்க் கொள்கையாக ஆக்கினார். சமூக ஏற்றத் தாழ்வுகளுக்கு யார் காரணம் என்பது குறித்தும் அவர் எழுதினார்.

"கோயில்களிலும், தீர்த்தங்களிலும், நதிகளிலும்,

பள்ளிக்கூடங்களிலும், வாசம் செய்யும் தெருக்களிலும், ஓட்டல்களிலும், காபிக் கடைகளிலும் பிராமணர், சூத்திரர் என்கிற பிரிவும், முறையே உயர்வு தாழ்வு என்கிற பாகுபாடுகளும் பார்ப்பனர் அல்லாதவர் ஆகிய நம்மால் ஏற்பட்டதா, அல்லது பார்ப்பனர்களால் ஏற்பட்டதா என்று யோசித்தால் நம்மை யாராவது வகுப்புத் துவேஷி என்றோ, வகுப்புவாதக்காரர் என்றோ சொல்ல முடியுமா?" என்று கேட்கிறார்.

இந்தக் கேள்வியில் உள்ள நியாயத்தை உணரும் எவர் ஒருவரும், வகுப்புவாதக் குழுவினர் என்று சுயமரியாதை இயக்கத்தைக் கூற மாட்டார்கள். எல்லாப் பிரிவுகளையும் ஏற்படுத்தி, சமூகத்தை ஒரு சட்டகமாக்கி, அந்தச் சட்டகத்தின் உச்சியில் போய் அமர்ந்து கொண்டவர்களை எதிர்க்காமல், சாதிய அமைப்பை எதிர்ப்பது எப்படி என்பதுதான் அவரின் கேள்வி.

அதுபோன்ற ஆதிக்கத்தை எதிர்த்ததைத் தவிர, எந்த ஒரு பிரிவினர் மீதும் தனக்கோ, தம் இயக்கத்திற்கோ பகை ஏதுமில்லை என்கிறார். அவருடைய வரிகளை படிப்போம்:

"நாம் யாருக்காவது கெடுதி செய்ய நினைக்கிறோமா? யாருடைய கிரமமான உரிமையையாவது பறிக்கிறோமா? நமது சுயமரியாதைக்குப் பாடுபடுகிறோம் அல்லாமல், மற்றவர் சுயமரியாதைக்கு நாம் விரோதிகளாக இருக்கிறோமா? நமது வீட்டுப் பொருள்கள் கொள்ளை போகாமல், நமது வீட்டுக் கதவைத் தாழிட்டு பந்தோபஸ்து செய்தால், நமது வீட்டுப் பொருள்களை கொள்ளை கொண்டே பிழைக்கக் காத்திருக்கும் திருடர்களுக்கு நாம் கெடுதி செய்தவர்கள் ஆவோமா? இவர்களை பட்டினி போட்ட பாவத்திற்கு ஆளாவோமா? இதனால் மற்றொருவரை மோசம் செய்து உயிர் வாழ்வது வாழ்வல்ல என்றும், திருடிப் பிழைப்பது ஒரு பிழைப்பல்ல என்றும் திருடனுக்குத் தோன்றும்படி செய்து அவனைக் கண்ணியமாக தனது உழைப்பினால் வாழும்படி தூண்டுவதாகாதா? இதற்காகத் திருடன் நம்மேல் கோபித்துக் கொண்டால் அதற்கு நாம் என்ன செய்வது? நாம் சுயமரியாதை அடைய வேண்டுமா, வேண்டாமா? நமது இழிவுகளும், தாழ்வுகளும் ஒழிய வேண்டுமா, வேண்டாமா என்பதைத்தான் நாம் கவனிக்க வேண்டுமே ஒழிய, அவர் என்ன சொல்லுகிறார், இவர் என்ன சொல்லுகிறார் என்பதை பற்றி நாம் அதிகம் கவனம் செலுத்தக் கூடாது."

இதுதான் பெரியாரின் நிலைப்பாடு. நம் சுயமரியாதையைக் காப்பாற்றப் போராடுவது எப்படி அடுத்தவர் சுயமரியாதையைக் குறைப்பதாகும்?

இதேபோன்ற ஒரு செய்தியினை, விடுதலைப்புலிகளின் தலைவரும், தமிழ் ஈழத்து தேசியத் தலைவருமான பிரபாகரன், 2008 ஆம் ஆண்டு மாவீரர் நாள் உரையில் வெளிப்படுத்தியுள்ளார். அவர் தன் பேச்சின் இடையே, "இந்த வரலாற்று மண்ணை ஆக்கிரமித்து அடக்கி ஆளச் சிங்களம் தீராத ஆசை கொண்டு நிற்கிறது. அதனை எதிர்ப்பது தவறா?" என்று கேட்கிறார். "எம் மக்கள் நிம்மதியாகவும், கவுரவமாகவும் வாழ வேண்டும் என்று விரும்புகிறோமே அல்லாமல், எமது போராட்டம், எந்த ஒரு நாட்டினரின் தேசிய நலன்களுக்கோ, அவர்களின் புவிசார் நலன்களுக்கோ, பொருளாதார நலன்களுக்கோ குறுக்காக நின்றது இல்லை" என்றும் மிகத்தெளிவாகக் குறிப்பிடுகின்றார்.

ஈழ மக்கள் சுயமரியாதையோடும், கவுரவத்தோடும் வாழ வேண்டும் என்று நினைப்பது எப்படிச் சிங்களர்களுக்கு எதிரானதாக ஆகாதோ, அப்படியே தமிழர்கள் சுயமரியாதையுடன் வாழவேண்டும் என்று கருதி, பெரியார் பாடுபட்டது பார்ப்பனர்களுக்கு எதிரானதாக ஆகாது! ஆனால் ஈழ விடுதலைப் போரில் உள்ள நியாயத்தை ஏற்கும் சிலர், பெரியாரின் சுயமரியாதை இயக்கப் போராட்டத்தில் உள்ள நியாயத்தை ஏற்க மறுக்கின்றனர்.

6

வேர்களைத் தேடிய பயணம்!

சமத்துவம்தான் பெரியாரின் அடிப்படை நோக்கம் என்றால், அந்த வேலையைப் பார்க்காமல், ஏன் கடவுள் மறுப்புப் பரப்புரையில் அவர் இறங்கினார்? ஏன் மதங்களுக்கு எதிராக - குறிப்பாக இந்து மதத்திற்கு எதிராக - காலம் முழுதும் எழுதியும், பேசியும் வந்தார்? இப்படித்தான் பலரும் கேட்கின்றனர்.

சாதி, மதம், கடவுள் எல்லாம் ஒன்றோடு ஒன்று பின்னிப் பிணைந்திருந்ததுதான் அதற்கான காரணம். அதிலும் இந்து மதம் என்பது வருண-சாதி பிரிவுகளின் உற்பத்தித் தளமாக இருக்கின்றது. அதனால்தான் இந்து மதம் வேர் கொண்டுள்ள இந்தியாவிலும், இந்தியாவாக இருந்த நாடுகளிலும் இந்தியர்கள் சென்ற நாடுகளிலும் மட்டுமே ஜாதி உள்ளது.

வேறு மதங்களிலும் பிரிவுகள் உள்ளன. ஆனால் அவற்றிற்கும் ஜாதிக்கும் இடையில் பெரும் வேறுபாடு உள்ளது.

கத்தோலிக்கம், புராடஸ்டண்ட் ஆகிய பிரிவுகளும், சன்னி, ஷியா போன்ற பிரிவுகளும் இந்து மதத்தில் உள்ள சைவம், வைணவம் போன்றவை. பிறப்பால் தீர்மானிக்கப் படுபவை அல்ல. ஜாதி என்பது பிறப்பின் அடிப்படையிலானது.

'ஜா' என்றாலே பிறப்பு என்று தான் பொருள். அதனால்தான், பத்மஜா (தாமரையில் பிறந்தவள்), வனஜா (வனத்தில் பிறந்தவள்) என்றெல்லாம் பெயர்கள் வைக்கப்படு கின்றன. சைவத்திலிருந்து வைணவத் திற்கு மாற முடியும். சமணத்திலிருந்து

அப்பர் சைவத்திற்கு மாறவில்லையா? ஆனால் அருந்ததியர் ஒருவர் முதலியாராகவோ, கோனாராகவோ மாற முடியுமா? அவர் மட்டுமின்றி, அவருடைய பரம்பரையில் கூட எவர் ஒருவரும் தன் ஜாதியை மாற்றிக் கொள்ள முடியாது.

அவ்வாறு மாற்றிக் கொள்ளவே முடியாத ஒரு ஏற்றத் தாழ்விற்கு வழி வகுக்கும் வருண சாதிப் பிரிவுகளுக்கான வேர்கள் இந்துமத வேதத்திலேயே காணக் கிடக்கின்றன.

இந்து மதத்தின் அடிப்படை ஸ்ருதியும், ஸ்மிருதியும்தான். சுருதி என்றால் தெய்வத்தால் அருளப்பட்டது, மனிதர்களால் கேட்கப்பட்டது என்று ஆகும். ஸ்மிருதி என்பவை நினைவில் கொள்ளத்தக்கவை அல்லது வழி வழியாக வந்தவை எனப் பொருள் படும். அவை மனிதர்களால் இயற்றப்பட்டவை. வேதங்களும், உபநிடதங்களும் கடவுள் அருள் பெற்ற ரிஷிகளால் அருளப்பெற்ற ஸ்ருதிகள் என நம்பப்படுகின்றன. அவற்றுள் ரிக் வேதமே ஆதி வேதம். அந்த வேதத்தின் பத்தாவது இயலான புருஷ சூக்தம்தான் வருண வேறுபாட்டை 'எடுத்தாள் கிறது.' அந்த வருண அடிப்படையில், பிற்காலத்தில் ஒவ்வொரு வருணத்திற்குமான 'தருமம்' கூறப்படுகிறது. இந்து மதத்தைப் பொறுத்தமட்டில் 'தருமம்' என்றால் அறம், நீதி என்றெல்லாம் பொருள் இல்லை. அவரவர் வருணத்திற்கு ஏற்ப விதிக்கப்பட்ட கடமைகளைச் செய்வதே அறம்..

சூத்திரனுக்கு விதிக்கப்பட்ட தருமம், "பலனை எதிர்பார்க்காமல் மற்ற வருணத்தாருக்கெல்லாம் தொண்டூழியம் செய்ய வேண்டும் என்பதே ஆகும். ஆக, ஏற்றத் தாழ்வைப் பரம்பரை பரம்பரைக்கும் உறுதி செய்கிறது இந்து மதம்... பிறகு அதனை விட்டுவிட்டு ஜாதியை எப்படி எதிர்ப்பது? ஜாதியை எதிர்க்காமல் சமத்துவத்தை எப்படிப் பெறுவது? சமதத்துவம் இல்லாத இடத்தில் சுயமரியாதை எங்கிருந்து வரும்?

அதனால்தான் பெரியார் சொன்னார், "நான் ஜாதி என்கிற நச்சு மரத்தைப் போட்டுப் பொசுக்கத்தான் புறப்பட்டேன். உன் மதம் புனிதமானது என்றால், ஜாதியை விட்டு மதத்தைப் பிரித்து எடுத்துக் கொண்டு போ. முடியாது, இரண்டும் சேர்ந்தேதான் இருக்கும் என்றால் நான் அதனையும் சேர்த்தே ஒழிக்க வேண்டும். அப்படிச் செய்கிறபோது உன் கடவுள் உனக்குப் புனிதம் என்றால், இவைகளைவிட்டுத் தனியாக எடுத்துக்கொண்டு போய்விடு. இல்லையில்லை, ஜாதி, மதம், வேதம், கடவுள் எல்லாம் ஒன்றோடு ஒன்று பிரிக்க முடியாதபடி பின்னிப் பிணைந்து கிடக்கிறதென்றால், கடவுளையும் போட்டுப் பொசுக்குவதைத் தவிர எனக்கு வேறு வழியில்லை".

பெரியாரின் கடவுள் மறுப்பு இதுதான்! இந்த நோக்கில்தான் 'கடவுளை மற, மனிதனை நினை' என்கிறது பெரியாரியம்!

7

இடங்கை - வலங்கை

பெரியாருக்கு முன்பும் கடவுள் மறுப்புக் கோட்பாடுகள் இருந்துள்ளன என்றாலும், அவற்றிற்கும், இதற்கும் வேறுபாடு உண்டு என்பதைப் பார்த்தோம். பெரியாரின் கடவுள் மறுப்பு என்பது ஜாதி மறுப்பையும், சமத்துவத்தையும் அடிப்படையாகக் கொண்டது என்பதையும் பார்த்தோம். ஆனால் ஜாதி மறுப்பும் கூடப் பெரியாரிடமிருந்துதான் தொடங்கிற்று என்று சொல்ல முடியாது. அவருக்கு முன்பும் அது குறித்த செய்திகள் காணப்படுகின்றன.

தொல்காப்பியத்திலேயே வருணப் பிரிவுகள் பற்றிய குறிப்புகள் உள்ளன. பொருளதிகாரம், மரபியலில் உள்ள பல நூற்பாக்கள் வருணம் பற்றிப் பேசுகின்றன.

**நூலே கரகம் முக்கோல் மணையே
ஆயும் காலை அந்தணர்க் குரிய**

என்னும் நூற்பா தொடங்கிப் பல நூற்பாக்களில் அரசன்,

தொல்காப்பியர்

அப்பர்

வைசியன், உழுதூண் மக்கள் போன்ற சொற்களைக் காண முடிகிறது. இவையெல்லாம் இடைச்செருகல் என்று கூறும் தமிழ் அறிஞர்கள் உள்ளனர். அவர்களின் கூற்று ஏற்கத்தக்கது எனினும், முடிந்த முடிவன்று. பிற் காலத்தில் சித்தர்கள் சாதி அமைப் பையும், பார்ப்பனியத்தையும் கடுமையாகச் சாடியுள்ளனர். சிவவாக்கியார் அத்தகைய கடும் தாக்குதல்களைத் தம் பாடல்களில் தொடுத் துள்ளார். "பணத்தி யாவது ஏதடா, பறைச்சி யாவது ஏதடா?" என்று கேட்கிறார். "எச்சில் அசுத்தமானது என்றால், எச்சில் உள்ள

புதுவை
ஆனந்தரங்கம் பிள்ளை

வாயில் குதப்பிக் குதப்பிக் கூறப்படும் வேதம் எப்படிப் புனித மாகும்?" என்பதும் அவருடைய கேள்விதான். இடைக்காலத்தில் எழுந்த பக்தி இயக்கம், வருணம், சாதி போன்றவைகளைக் கடந்து மக்கள் அனைவரையும் பக்தியாலும், இசையாலும் இணைக்க முயற்சித்தது. ஆனால் அதனையும் முழுமையான சமத்துவக் கோட்பாடு என்று கூற முடியாது. அப்பர் என்று அழைக்கப் பட்ட திருநாவுக்கரசர் பாடல் ஒன்றை அடிக்கடி பலரும் சமத்துவக் கோட்பாட்டிற்கான எடுத்துக் காட்டாகக் கூறுவர்.

 ஆவுரித்துத் தின்றுழலும் புலையரேனும்
 கங்கைவார் சடைக்கரந்தார்க் கன்பராகில்
 அவர் கண்டீர் நாம் வணங்கும் கடவுளாரே

என்பார் அப்பர். மிக உயர்வான சிந்தனை என்று சொல்லப் படும் இப்பாடலில் கூட, எண்ணிப் பார்த்தால் இரண்டு சிக்கல் கள் உள்ளன. 'புலையரேனும்' என்னும் சொல்லில் உள்ள 'உம்' என்பது, தமிழ் இலக்கணத்தின்படி இழிவும்மை என்ற பெயர் கொண்டது. அதாவது, ஒருவரை இழிவுபடுத்தக்கூடியதே அந்தச் சொல். அது மட்டுமின்றி, அப்பரின் சமத்துவக் கோட்பாடு, ஒரு நிபந்தனைக்கு உட்பட்டதாகவும் உள்ளது. சிவபெருமானை ஏற்றுக் கொண்டால்தான், அப்பர் அவர்களை ஏற்றுக்கொள்வார் என்பது தெரிகிறது. சிவனை ஏற்றுக் கொள்ளாத ஒருவர் ஒடுக்கப்பட்டவ ராக இருந்தால், அவரை அப்பர் சமமாக ஏற்க வாய்ப்பில்லை.

சமத்துவம் என்பது எந்த நிபந்தனைக்கும் உட்பட்டதில்லை என்பதை நாம் முதலில் உள்வாங்கிக்கொள்ள வேண்டும்! மேலும் அது யாருடைய ஏற்பிசைவிற்காகவும் காத்திருப்பதில்லை.

இவைபோன்ற எல்லாக் கருத்துகளையும் தாண்டி, இந்தியச் சமூகமும், தமிழ்ச்சமூகமும் இன்றுவரை ஏற்றத்தாழ்வு உள்ள சமூக மாகவே உள்ளது என்பதுதான் நாம் காணும் நடைமுறை.. இடை யில், 10-ஆம் நூற்றாண்டு கால கட்டத்தில், இடங்கை -வலங்கை ஜாதிகள் என்னும் இரு பிரிவுகள் திடீரென்று தோன்றி ஆயிரம் ஆண்டுகள் அவை நிலைத்திருந்தன.

18-ஆம் நூற்றாண்டில் புதுவையில் வாழ்ந்த ஆனந்தரெங்கம் பிள்ளை தன் நாட்குறிப்பில், கீழ்க்காணுமாறு குறித்துள்ளார் : "மொத்தத் தமிழ் மக்களும் சாதிவாரியாகப் பிரிக்கப்பட்டிருந்தது மட்டுமல்ல, முதல் இரண்டு வருணத்தாரே சகல அந்தஸ்துகளையும், அதிகாரங் களையும் உடையவர்களாக இருந்தனர் என்பது மட்டுமல்ல, வைசியர் கள், சூத்திரர்கள், சண்டாளர்கள் ஆகியோர் இடங்கை, வலங்கை என இரு பெரும் பிரிவுகளாகப் பிளவுபட்டு மோதிக்கொண்டிருந்தனர். அப்படி இருக்கும்படி செய்யப்பட்டிருந்தனர். அதில் குளிர்காயும் மத்தியஸ்தர்களாக முதல் இரண்டு வருணத்தவர் இருந்தனர்."

8

ஜாதி ஒழிப்பில் மூன்று வகையினர்

ஒன்பது, பத்தாம் நூற்றாண்டுகளில் திடீரென எழுந்த இடங்கை-வலங்கைப் பிரிவுகள், 18ஆம் நூற்றாண்டின் இறுதியில் தாமாகவே ஓய்ந்துவிட்டன. ஏறத்தாழ ஆயிரம் ஆண்டுகள் இம்மண்ணில் ஆட்சி செலுத்திய அப்பிரிவுகளின் தோற்றம், மறைவுக்கான காரணத்தை இன்றும் வரலாற்றாசிரியர்களால் வரையறுத்துக் கூற முடியவில்லை. இன்றும் அது புரியாத புதிராகவே உள்ளது என்றுதான் டாக்டர் கே.கே. பிள்ளை போன்றவர்களே சொல்கின்றனர்.

அப்பிரிவுகள் மறைந்தாலும், ஜாதிச் சண்டைகள் மறைய வில்லை. நாகரிகமும், அறிவியலும் வளர்ந்துள்ள இன்றைய நூற்றாண்டிலும் மேலும் மேலும் அவை இறுக்கம் பெற்றே திகழ்கின்றன. 19, 20 ஆம் நூற்றாண்டுகளில் ஜாதி மோதல்கள் கூடிக் கொண்டுதான் போயின. அவற்றிற்கான எதிர்வினைகளும்

இரட்டைமலை சீனிவாசன்

அயோத்திதாசப் பண்டிதர்

சிங்காரவேலர்

தொடர்ந்து நடந்து வந்துள்ளன. எனினும், ஜாதிக்கு எதிரான போக்குகளில் மூன்று வகைகள் உள்ளன என்று கூற வேண்டும்.

ஜாதி பிரிவினைகளால் இந்துமதம் வலுவிழக்கின்றது என்று கருதியவர்கள், அவற்றுக்குள் நல்லிணக்கத்தை ஏற்படுத்தி, இந்து மதத்தைக் காப்பாற்ற முயன்றனர். ஆரிய சமாஜம், பிரும்ம சமாஜம் போன்றவை இந்த வகையைச் சேர்ந்தவை. பாரதியாரிடம் கூடச் சில வேளைகளில் இப்போக்கைக் காண முடியும். "ஜாதி மதங்களைப் பாரோம்" என்று எழுதிய பாரதியார், அடுத்த பத்தியிலேயே "ஈனப் பறையர்களேனும்" என்கிறார். "ஈன" என்னும் அடைமொழி இங்கு கவனிக்கத் தக்கது. ஜாதிகளைத் தாண்டி வந்தாலும், பாரதத்தாய், "வேதங்கள் பாடுவள் காணீர்" என்கிறார். "ஜாதி மத விநோதங்கள்" என்னும் அவரது கட்டுரையிலும் இப்போக்கைக் காண முடியும். இவ்வாறு இன்னும் பலரை எடுத்துக்காட்டலாம்.

1828-ல் ராஜாராம் மோகன்ராயினால் தொடங்கப்பெற்ற பிரம்ம சமாஜமும், *1875*-ல் தயானந்த சரஸ்வதியால் தொடங்கப்பெற்ற ஆரிய சமாஜமும் தமிழ்நாட்டிலும் பரவின. ராஜா ராம்மோகனின் சீர்திருத்தக் கருத்துகளுக்கு இங்கு ஓரளவு

வரவேற்பும் இருந்தது. விதவைகள் மறுமணம், குழந்தை மண எதிர்ப்பு ஆகியனவற்றில் அவ்வியக்கம் முனைப்புக் காட்டியது. பெண் கல்விக்கு ஆதரவாகவும், மூட நம்பிக்கைகளுக்கு எதிராகவும் கருத்துகளை வெளியிட்டது. ஆனாலும், திருமணம், ஈமச்சடங்குகள் ஆகியனவற்றில், இந்து சமய உணர்விற்கு ஊறு தேட விரும்பாமல் பின்பற்ற வழிகாட்டியது.

இந்துமதம், பார்ப்பனியம் ஆகியனவற்றை எதிர்க்கும் அதேவேளையில், இன்னொரு மதத்தையும், இன்னொரு ஜாதியையும் உயர்த்திப் பிடித்தவர்கள் இரண்டாம் வகையினர். ஈழத்தின் ஆறுமுக நாவலர் தொடங்கி, தமிழகத்தின் மறைமலை அடிகள் வரை அத்தகையோர் பலரை அவ்வரிசையில் காட்ட முடியும். சைவ மதமும், வெள்ளாளர் என்னும் சமூகப் பிரிவும் அவர்களால் உயர்த்திப் பிடிக்கப்பட்டன.

ஜாதி மதம் எல்லாவற்றையும் புறக்கணித்துச் சமத்துவத்தை முன்னெடுத்தோர் வரிசையில், 19-ஆம் நூற்றாண்டில் வள்ளலார் முன் நிற்கின்றார். அவரைத் தொடர்ந்து மயூரம் வேதநாயகம் பிள்ளை, அயோத்திதாசப் பண்டிதர், ரெட்டைமலையார், சிங்காரவேலர், பெரியார் என்று அவ்வரிசை நீள்கிறது.

வள்ளலார் ராமலிங்க அடிகளின் தொடக்க நிலைக்கும், இறுதிக்கால நிலைக்கும் பெரும் வேறுபாடு இருக்கிறது. 1823-ஆம் ஆண்டு பிறந்த வள்ளலார், 1865-ல், கருங்குழி என்னும் ஊரில், சமரச வேத சன்மார்க்க சங்கத்தையும், பிறகு சமரச வேத தருமச் சாலையையும் நிறுவினார். சைவ மதத்திலே பிறந்து, சிவபெருமான் மீது ஆழ்ந்த பற்றுக் கொண்டவராகவே அவர் இருந்தார். முருகனின் மீது ஏராளமான துதிப் பாடல்களை அவர் பாடியுள்ளார்.

ஆனால் அவருடைய இறுதிக்காலம் வேறுபட்டதாக இருந்தது. 'வேத' என்று இருந்த சொற்களையெல்லாம் மாற்றினார். சமரச வேத சன்மார்க்க சங்கம், சமரச 'சுத்த' சன்மார்க்க சங்கம் ஆயிற்று. தருமச் சாலையின் பெயரும் அவ்வாறே மாற்றப்பட்டது. இவை போன்ற பெயர் மாற்றங்களைத் தாண்டி, சமயம், சடங்குகள் பற்றிய அவருடைய ஒட்டுமொத்தப் பார்வையும் இறுதியில் மாறிவிட்டன என்பதற்குச் சான்றுகள் உள்ளன. அவற்றை முழுமையாக உள்வாங்கிக் கொண்டால்தான், சுயமரியாதை இயக்கத்தின் தோற்றத்திற்கான பின்புலத்தை நாம் நன்கு அறிந்துகொள்ள முடியும்.

எனவே வள்ளலாரின் பிற்காலம் பற்றி நாம் சற்றுக் கூடுதலாகப் பார்க்க வேண்டியுள்ளது.

9

நாவலரும் வள்ளலாரும்

வள்ளலார் குறித்து நாம் பேசும்போது, யாழ்ப்பாணத்தின் ஆறுமுக நாவலர் குறித்தும் சேர்த்தே பேசுவதுதான் சரியானதாக இருக்கும்.

இரண்டு பேரும் ஒத்த வயதுள்ளவர்கள். ஒரே காலத்தில் வாழ்ந்தவர்கள். 1822இல் நாவலரும், 1823இல் வள்ளலாரும் பிறந்தனர். நாவலருக்கு ஓராண்டு பின்னே பிறந்து, அவருக்கு 5 ஆண்டுகள் முன்னே மறைந்தார் வள்ளலார். இருவரும் தமிழ் மொழி மீதும், தமிழ்ச் சமூகத்தின் மீதும் மாறாத பற்றுடையவர்கள் என்பதில் எவர் ஒருவருக்கும் மாற்றுக் கருத்து இருக்க முடியாது. இருவரும் சைவ மதத்தில் ஆழக் கால் ஊன்றி நின்றனர் என்பது இன்னொரு ஒப்புமை.

ஆனால், வள்ளலாரின் இறுதிக் காலத்தில் அவரிடம் ஒரு பெரிய மாற்றம் ஏற்பட்டது. அதனை அவரே குறிப்பிட்டுள்ளார்.

ஆறுமுக நாவலர்

"சைவம், வைணவம் முதலிய சமயங்களிலும் வேதாந்தம், சித்தாந்தம் முதலிய மதங்களிலும் லக்ஷியம் வைக்க வேண்டாம். அவற்றில் தெய்வத்தைப் பற்றி குழுக் குறியாக குறிக்கின்றதே அன்றி, புறங்கவியச் சொல்லவில்லை. அவ்வாறு பயிலுவோமேயானால் நமக்கு காலம் இல்லை. ஆதலால் அவற்றில் லக்ஷியம் வைக்க வேண்டாம். ஏனெனில் அவைகளில் - அவ்வச் சமய, மதங்களி லும் -அற்ப பிரயோஜனம் பெற்றுக் கொள்ளக் கூடுமேயல்லாது ஒப்பற்ற பெரிய வாழ்வாகிய இயற்கையுண்மை என்னும் ஆன்மானுபவத்தைப் பெற்றுக் கொள்கிறதற்கு முடியாது. ஏனெனில் நமக்கு காலமில்லை. மேலும் இவைகளுக்கெல்லாம் சாக்ஷி நானே இருக்கிறேன். நான் முதலில் சைவ சமயத்தில் லக்ஷியம் வைத்துக்கொண்டிருந்தது இவ்வளவு என்று அளவு சொல்ல முடியாது. அது பட்டணத்து சுவாமிகளுக்கும், வேலாயுத முதலியாருக்கும் இன்னும் சிலருக்கும் தெரியும்.

ஏன் அவ்வளவு மிகுந்த அழுத்தம் எனக்கு அப்போதிருந்தது என்றால், அப்போது எனக்கு அவ்வளவு கொஞ்சம் அற்ப அறிவாக இருந்தது. இப்போது ஆண்டவர் என்னை ஏறாத நிலைமேல் ஏற்றி இருக்கின்றார்."

சைவ சமயத்தில் பற்றுக்கொண்டிருந்தது, அற்ப அறிவு கொண்டவனாக இருந்த போது என்று வள்ளலார் எழுதியிருப்ப தோடு, தன்னுடைய நெறிமுறைகளையும் மாற்றிக் கொண்டார். "ஞான சபை தன்னுடைய கோட்பாட்டிற்கு இணங்க நடத்தப்படவில்லை என்பதை உணர்ந்து அது நிறுவப்பட்ட ஆறு மாத காலத்திலேயே (18.07.1872) சில வழிபாட்டு விதிகளை வகுத்து அளித்தார். அதற்குப் பிறகும் அவ்விதிகளின்படி, சபையாளர்கள் நடக்கவில்லை. இதனால் சலிப்புற்ற ராமலிங்கர் ஞான சபையை மூடி, அதன் திறவுகோலைத் தம்மிடம் சித்தி வளாகத்தில் வைத்துக் கொண்டு விட்டார். அது மூடியே இருந்தது" என்று எழுதுகின்றார் பேராசிரியர் அருணன்.

சித்தி வளாகத்தில் சன்மார்க்கக் கொடியை 1873 அக்டோபர் 22இல் ஏற்றிவைத்து அவர் ஆற்றிய உரை பெரிய அதிர்ச்சி வைத்தியமாக இருந்தது. அதன்பிறகு ஆறு மாதங்களில் வள்ளலார் மறைந்து விட்டார். ஜோதியில் கலந்து விட்டார் என்று

இராமலிங்க வள்ளலார்

கூறுகின்றனர். வைதீகப் பார்ப்பன மரபுகளை எதிர்க்கும் எவராக இருந்தாலும் - நந்தன் தொடங்கி வள்ளலார் வரையில் -ஜோதியில் கலந்து விடுவது ஏன் என்ற கேள்வி இருந்துகொண்டே உள்ளது.

வள்ளலார் இறுதிவரையில் கடவுள் நம்பிக்கை உடையவராகவே இருந்தார். ஆனால் அது "இயற்கையுண்மை" சார்ந்ததாக இருந்தது.

"பெருநெறி பிடித்தொழுக வேண்டும் மதமான பேய் பிடியாதிருக்க வேண்டும்"

என்பதே அவர் நிலையாக இருந்தது.

யாழ்ப்பாணத்தில் தமிழர்களிடையே சைவ மதத்தைப் பெரு நெறியாகப் பரப்பிக் கொண்டிருந்த ஆறுமுக நாவலர், வள்ளலா ரின் இந்நிலை கண்டு கொதித்துப் போனார். வள்ளலார் எழுதி யிருப்பது அருட்பா இல்லை, மருட்பா என்று கூறினார். வள்ள லார் மீது வழக்கும் தொடுத்தார். அப்போது இரு தரப்பாருக்கும் இடையில் நடந்த பெரும் விவாதங்கள், சமூக, வரலாற்றுச் செய்திகள் பலவற்றை நமக்குக் கூறுகின்றன.

10

சைவம் காத்த சமரர்

வள்ளலார் மீது மட்டுமின்றி, சைவ சமய விதிகளைச் சரிவரப் பின்பற்றாத சைவர்கள் மீதும் ஆறுமுக நாவலர் கடுங் கோபம் கொண்டார். சைவ ஆகம விதிகளின்படியே எல்லாம் நடக்க வேண்டும் என்பதில் அவர் கண்ணும் கருத்துமாக இருந் தார். அதனால்தான் 'நாவலர்' என்னும் பெயரைத் திருவாவடு துறை ஆதினம் அவருக்கு வழங்கிற்று. யாழ்ப்பாணத்திலேயே பல சைவக் கோயில்கள் ஆகம விதிப்படி செயல்படவில்லை என்பதைத் தன்னுடைய 'யாழ்ப்பாணச் சமய நிலை' என்னும் நூலில் அவர் விளக்கினார்.

நாவலர் வாழ்ந்த காலம், ஆங்கிலேயர்களின் காலம் என்பதை நாம் அறிவோம். அதனால் அப்போது கிறித்துவ சமயம் விரைந்து பரவிக் கொண்டிருந்தது. கல்விக்கூடங்களையும், மருத்துவமனைகளையும் நிறுவிய கிறித்துவ மதத்தினர் மக்களை

சிதம்பரம் நடராஜர் கோயில்

ஆறுமுக நாவலர்

வெகுவாகக் கவர்ந்தனர். அந்த மதத்தை எதிர்த்தும் நாவலர் அங்கு கடுமையாகப் போராடினார். அவருடைய வாழ்க்கை வரலாற்றை, 'ஆறுமுக நாவலர் சரித்திரம்' என்னும் பெயரில் எழுதியுள்ள கைலாசபிள்ளை, கிறித்துவ மதம் குறித்த நாவலரின் பார்வையை வெளியிட்டுள்ளார்.

"பள்ளிக்கூடங்களை வைத்து பிழைப்புக்கேற்ற இங்கிலீஷ் பாஷையை உத்தியோகம் வாங்கித் தருகிறோம் என்று சொல்லிப் படிப்பித்துப் பலரை கிறிஸ்தவராக்கினார்கள். சிலரை சோறு சீலை கொடுத்துக் கிறிஸ்தவராக்கினார்கள். சிலரைக் கல்யாணச் செலவு கொடுத்து கிறிஸ்தவராக்கினார்கள். கீழ்சாதியா உள்ளவர்கள் சிலரை மேல் சாதியாரோடு சமமாய் இருக்கச் செய்வோம் என்று சொல்லி கிறிஸ்தவராக்கினார்கள். சைவ சமயத்தை மிக இகழ்ந்து பிரசங்கங்களை செய்தார்கள். பத்திரிகைகளும் எழுதி பரப்பினார்கள். யாழ்ப்பாணத்தை முழுதும் பிடித்து விட்டோம் என்று ஓதுதற்கு வெற்றிச் சங்கை கையில் எடுத்தார்கள்."

பேராசிரியர் ந.முத்துமோகன் எடுத்துக்காட்டியுள்ள நாவலரின் மேற்காணும் வரிகள், கிறித்துவ மதத்தின் மீது நாவலர்

கொண்டிருந்த சினத்தை நன்கு எடுத்துக் காட்டுகிறது. அதே வேளையில், கிறித்துவர்களின் வழியையே தானும் மேற்கொண்டு மக்களை மாற்றிவிட முடியும் என்று அவர் கருதினார். 19ஆம் நூற்றாண்டின் மத்தியிலேயே அவர் கல்விக் கூடங்களைத் தொடங்கினார். அவை ஒரு விதத்தில் சைவ வித்தியாலயங்க ளாகவும் இருந்தன. அவர்களைப் பின்பற்றி, 'சமயச் சொற் பொழிவுகள்' என்னும் 'பிரசங்க' வடிவத்தையும் முன்னெடுத்தார். சைவ சமயம் தொடர்பான பல துண்டறிக்கைகளை வெளியிட்டு மக்களிடம் சைவ மதத்தைப் பரப்பினார்.

யாழ்ப்பாணத்துச் சைவர்கள் அவரைக் கொண்டாடி னார்கள். ஆறுமுக நாயனார் என்றே அழைத்தனர். அப்பர், சம்பந்தர் வரிசையில் 'ஐந்தாம் குரவர்' என்றும் அழைத்தனர். 'சைவம் காத்த சமரர்' என்று பாராட்டினார்கள். கடல்தாண்டி வந்து, தமிழகத்திலும், சிதம்பரத்தில், 1864 ஆம் ஆண்டு 'சைவப் பிரகாச வித்தியாசாலை' என்னும் கல்விக்கூடத்தையும் உருவாக்கினார். ஆனால் சிதம்பரம் தீட்ஷிதர்களோடு அவரால் ஒத்துப் போக முடியவில்லை.

சிதம்பரத்தில் அவர் தங்கியிருந்த நாள்களில், அங்கு ஆகம விதிப்படி அனுட்டான, ஆச்சாரங்கள் பின்பற்றப்படவில்லை என்பதைக் கண்டறிந்தார். தீட்சிதர்கள் சிவதீட்சை பெறாதவர்கள் என்றும் அறிந்துகொண்டார். எனவே அந்நிலையைக் கண்டித்து, "சிவதீட்சை பெறாத வைதீகப் பிராமணர்கள் கையால் விபூதி வாங்குதல் கூடாது" என்று மக்களுக்கு அறிவுறுத்தினார். இதனால் அவர்களுக்கும், நாவலருக்குமிடையே பகை உண்டாயிற்று. நாவலரால் சிதம்பரத்தில் நெடுநாள் தங்க இயலவில்லை. அவர் மயிலாடுதுறைக்கு வந்து சேர்ந்தார்.

இந்தக் கால கட்டத்திலேதான், அருட்பா -மருட்பா அறிக்கைப் போர் தொடங்கியது. அது குறித்த அனைத்துச் செய்திகளையும், அப்போது வெளியிடப்பட்ட நூற்றுக்கணக் கான துண்டறிக்கைகளையும் திரட்டி ஆய்வாளர் ப. சரவணன், 1190 பக்கங்களில் 'அருட்பா மருட்பா கண்டனத் திரட்டு' என்னும் பெரியதொரு ஆவண நூலை வெளியிட்டுள்ளார். "அந்நூல் ஒரு புலமைக் களஞ்சியம், அறிவுத் தளங்களை ஆராய முயல்வோ ருக்குக் கிடைத்த அரிய புதையல்" என்று பாராட்டுகிறார் பேராசிரியர் ஆ.இரா. வேங்கடாசலபதி.

11

பற்றி எரியும் நெருப்பு!

இருவேறு மதங்களுக்குள்தான் மோதல் நடைபெறும் என்றில்லை. ஒரே மதத்திற்குள்ளேயே கடும் போர்கள் வரலாற்றில் நடைபெற்றுள்ளன, நடைபெற்றுக்கொண்டும் உள்ளன. சிலுவைப் போர், சன்னி-ஷியா மோதல்கள், சைவ-வைணவச் சண்டைகள் என்று பல எடுத்துக்காட்டுகள் உண்டு. இன்றும் கூட குஜராத்தில் நாம் காணும் தலித் எழுச்சி, ஒரே இந்து மதத்துக்குள்ளேயே நடக்கும் பெரும் யுத்தம்தானே!

குஜராத்தில் உள்ள கிர் சோம்நாத் மாவட்டம், உனா என்னும் இடத்தில்தான் ஜூலை மாதம் 11ஆம் தேதி, இறந்த மாட்டுத் தோலை உரித்தார்கள் என்ற குற்றம் சாற்றி, நான்கு இளைஞர்களைச் சங்கிலியால் கட்டி வைத்து, இரும்புக் கம்பிகளால் 'கோ ரக்ஷன் சமிதி' (பசுப் பாதுகாப்புக் குழு) அமைப்பைச் சேர்ந்தவர்கள் அடித்தார்கள். அடித்தவர்கள்,

குஜராத் வீதிகளில்
செத்துக் கிடக்கும்
மாடுகள்

சுதந்திர தினத்தில்
குஜராத்தில்
தலித் மக்கள் பேரணி

அடிபட்டவர்கள் இருவருமே இந்து மதத்தினர்தாமே!

இந்து மதத்தில், மதத்தை விட, சாதியின் செல்வாக்கே மேலோங்கி நிற்கிறது என்பதற்கு இந்த நிகழ்வே பெரும் எடுத்துக்காட்டாக உள்ளது. அவர்கள் இறந்த மாட்டுத் தோலை உரித்தார்கள் என்றால், அவர்களின் தொழிலே அதுதானே. அந்தத் தொழிலைத்தானே சமூகம் அவர்களுக்கென்று ஒதுக்கியுள்ளது. " ஓதல் , ஓதுவித்தல், வேட்டல், வேட்பித்தல்" -அதாவது, கற்றல், கற்பித்தல், வேள்வி நடத்தல், வேள்வி நடத்தக் கற்றுக் கொடுத்தல் முதலான அறுவகைத் தொழில்கள் செய்யவா அவர்கள் அனுமதிக்கப்பட்டுள்ளனர்? அவர்களை ஐ.ஏ.எஸ். படிக்கத் தூண்டி, அதனை ஏற்காமல் அவர்கள் இந்தத் தொழிலுக்கு வந்தார்களா? இறந்த மாட்டுத் தோலை உரிப்பதும், இறந்த மாட்டை எரிப்பதும் அவர்களின் வேலை என்று தீர்மானித் தவர்கள் யார்?

உண்ணும் உணவிலும், செய்யும் தொழிலிலும் சாதி முத்திரை யைக் குத்தியது இந்தச் சமுதாய அமைப்புதானே! அதன்பின் அந்தத் தொழில் அல்லது பழக்க வழக்கங்களைக் கொண்டு அவர்களை இழிவு படுத்தியதும் இந்தச் சமூக அமைப்பு முறை தானே! இவ்வளவு பாகுபாடுகளைச் செய்துவிட்டுப் பின் அவர்களையே இரும்புக் கம்பிகளால் தாக்குவது என்றால் என்ன நியாயம்?

இம்முறை அவர்கள் விழித்துக்கொண்டார்கள். 'சுயமரியாதையைக்' கையில் எடுத்தார்கள். 'பசு உனக்குப் புனிதம் என்றால், பசு உனக்குத் தாய் என்றால், இனி நீயே உன் தாயைப் பார்த்துக் கொள், நீயே புல்லறுத்துப் போடு, நீயே அதனைக் குளிப்பாட்டு, நீயே அதன் சாணத்தை எடுத்துச் சுத்தப்படுத்து, இறுதியில் நீயே அது இறந்தவுடன் அதனை எரித்துக் கொள்' என்று சொல்லி, அவர்கள் வெளியில் வந்தார்கள். தெருக்களில் திரண்டார்கள். செத்த மாடுகளைத் தெருவில் கொண்டுவந்து கொட்டினார்கள். சுரேந்தர் நகர் மாவட்ட அலுவலகத்தில் இப்போது மாட்டு எலும்புகள் நிரம்பி வழிகின்றன. மாட்டுத் தலைகளுடன் அவர்கள் தெருக்களில் இறங்கி ஊர்வலம் நடத்துவதை குஜராத்திலிருந்து வரும் 'திவ்ய பாஸ்கர்' என்னும் ஏடு படத்துடன் வெளியிட்டுள்ளது. 'ஆஸாதி கூன்' (விடுதலைக் கான ஊர்வலம்) என்னும் பெயரில் ஆயிரக்கணக்கான மக்கள் இன்று அதே உனா என்னும் ஊரை நோக்கி அணி வகுத்த காட்சியை நாடே கண்டது.

மொத்தத்தில் குஜராத் நாறிப்போனது. உழைக்கும் மக்களை சீண்டிப் பார்த்தால் என்ன ஆகும் என்பதைக் குஜராத் தலித்

மக்கள் நாட்டிற்கும், வருணாசிரம சமூக முறைக்கும் எடுத்துக் காட்டியுள்ளனர். குஜராத் முதல்வரே, 75 வயதாகி விட்டது என்னும் போலிக் காரணத்தைக் காட்டித் தன் பதவியை விட்டு விலக நேர்ந்துள்ளது.

சில மாதங்களுக்கு முன், பீகாரில் லாலு பிரசாத்தும், நித்திஷ் குமாரும் சேர்ந்து நடத்திய ஊர்வலத்திற்கு 'சுய அபிமான் மோர்ச்சா' என்றுதான் பெயர் சூட்டினார்கள். சுயமரியாதைப் பேரணி என்பதுதானே அதன் பொருள்! தமிழகத்தில் 19 ஆம் நூற்றாண்டின் இறுதியில் பற்றவைத்த சுயமரியாதை நெருப்பு, இன்று இந்தியா முழுவதும் பற்றி எரிந்துகொண்டிருக்கும் காட்சியைப் பார்க்கிறோம்.

இவை அனைத்துக்குமான தொடக்கம் 19ஆம் நூற்றாண்டில் தான் உள்ளது. சாதி மதங்களைத் தாண்டி அனைவரும் சமம் என்று வள்ளலார் எழுப்பிய குரலே, திராவிட இயக்கத்தின் உயிர்க் கொள்கையாய் 20ஆம் நூற்றாண்டில் பின்னர் எழுந்தது. சைவமும் தமிழும் பிரிக்க முடியாதவை என்னும் ஆறுமுக நாவலரின் குரல் அமிழ்ந்து போயிற்று.

19ஆம் நூற்றாண்டின் மத்தியில் வெளிவந்த கால்டுவெல்லின் ஒப்பிலக்கண நூலும், அதே கால கட்டத்தில் அச்சில் ஏறிய பழந்தமிழ் நூல்களும், சைவத்தின் எழுச்சியும், ஒடுக்கப்பட்ட மக்களின் குரலாய் ஓங்கி ஒலித்த அயோத்திதாசப் பண்டிதரின் திராவிடக் குரலும் என்று, 20ஆம் நூற்றாண்டில் எழப்போகும் சுயமரியாதைக்கு வழிவகுத்தன அன்றையப் பல்வேறு நிகழ்வுகள். அவற்றை நாம் புரிந்து கொள்வதன் மூலமே, இன்றைய சமூக அரசியல் நிகழ்வுகளையும், நாளைய எதிர்காலத் தேவைகளையும் நம்மால் வரையறுத்துக்கொள்ள முடியும்!!

12

சமூக ஆவணம்

தமிழ்நாட்டில் மட்டுமின்றி, 19ஆம் நூற்றாண்டின் மத்தியில் உலகம் முழுவதும் குறிக்கத்தக்க பல மாற்றங்கள் நடைபெற்றன. இருண்ட உலகத்தின் மீது ஒளி படர்ந்த காலம் என்று அதனைக் கூறலாம்.

1855-60 கால கட்டத்தில்தான், மார்க்ஸ், ஏங்கல்ஸ் வெளியிட்ட பொதுவுடமைக் கட்சி அறிக்கை, டார்வினின் பரிணாமத் தத்துவம் ஆகிய இரண்டும் வெளியாயின. 19ஆம் நூற்றாண்டின் இறுதியில் மின் விளக்குகள் நடைமுறைக்கு வந்தன என்றாலும், மின்சாரம் பற்றிய தேடலும், ஆராய்ச்சிகளும் 1850களில் தொடங்கி விட்டன. அறிஞர் கால்டுவெல் எழுதிய திராவிட மொழிகளின் ஒப்பிலக்கணம் என்னும் நூல் 1856இல் வெளி வந்தது. அது வெறும் நூல் அன்று. 'நூல்களின்' ஆதிக்கத்தைப் புரட்டிப்போட்ட சமூக வரலாற்று ஆவணம்.

கால்டுவெல்லின் நூல் இரு பெரும் செய்திகளை உலகறியத் தந்தது. இந்திய மொழிகள் அனைத்துக்கும் சமற்கிருதமே தாய் என்னும் இமாலயப் புரட்டை முற்றிலுமாக மறுத்தது. இரண்டாவதாக, திராவிட மொழிக் குடும்பம் என்பது, இந்தோ ஆரிய மொழிக் குடும்பத்திலிருந்து முற்றிலும் வேறுபட்ட தனித்தன்மை உடையது என்னும் உண்மையை நிறுவியது. அத்தகைய திராவிட மொழிக் குடும்பத்தில் தமிழே மூத்த மொழியும் முதன்மையான மொழியும் ஆகும் என்றும் உரத்துச் சொன்னது.

அதனால்தான், தமிழர் தவிர்த்த தென் இந்தியர்கள் எவரும் தங்களைத் திராவிடர் என்று சொல்லிக் கொள்வதில்லை. தங்களைத் தெலுங்கர், கன்னடர், மலையாளி என்றே கூறிக் கொள்கின்றனர். திராவிடர் என்று ஒப்புக் கொண்டால், அவர்கள் மொழியை விடத் தமிழே மூத்த மொழி என்பதை ஏற்றுக் கொள்வதாக ஆகிவிடும் இல்லையா? திராவிடர் என்னும் சொல், தமிழருக்கே பெருமை சேர்க்கின்றது என்பதால் அவர்கள் அச்சொல்லைத் தவிர்க்கின்றனர்.

இந்தச் செய்திகள் ஒருபுறமிருக்க, இதற்குள் இன்னொரு முதன்மையான வரலாற்றுக் குறிப்பும் உள்ளது. 1856இல் முதல் பதிப்பை வெளியிட்ட கால்டுவெல் அத்துடன் நிறைவடைய வில்லை. தமிழ்நாட்டிலேயே தங்கியிருந்த அவர் தொடர்ந்து அது குறித்த ஆய்வுகளை மேற்கொண்டார். மொழி ஆய்வோடு நின்றுவிடாமல், சமூக ஆய்வையும் அதனுடன் இணைத்துக் கொண்டார். அதன் விளைவாக, 1875 ஆம் ஆண்டு அந்நூலின் இரண்டாம் பதிப்பை வெளியிட்டார்.

இரண்டாம் பதிப்பின் முகப்பிலேயே, 'திருத்தப்பட்ட மற்றும் விரிவாக்கப்பட்ட பதிப்பு' (Revised and enlarged edition) என்று குறித்திருந்தார். ஆனால் அவர் மறைவுக்குப் பின் 1913 ஆண்டு வெளிவந்த மூன்றாம் பதிப்பு, சுருக்கப்பட்ட ஒன்றாக இருந்தது. உண்மையான, கால்டுவெல் வெளியிட்ட இரண்டாம் பதிப்பு மீண்டும் அச்சிடப்படவே இல்லை. மூன்றாம் பதிப்பே மீண்டும் மீண்டும் அச்சாகி வெளியாகிக்கொண்டிருந்தது.

இரண்டாம் பதிப்பு மறைக்கப்பட்டது அல்லது சுருக்கப்பட்டதற்கு என்ன காரணம்? அப்பதிப்பில் அவர் தமிழ்நாட்டில் ஒடுக்கப்பட்ட மக்களைப் பற்றிப் பேசியிருந்தார். ஏழாவது இயலின் நான்காவது பகுதி ஆதி திராவிடர்களைப் பற்றியும், ஐந்தாவது பகுதி நீலகிரித் தோடர்களைப் பற்றியும் பேசுகின்றது. அவர்களை இந்து மதம் ஒதுக்கி வைத்துள்ளது. அவர்களும் திராவிடர்களே என்கிறார் கால்டுவெல். இங்கே இந்து

மதம் என்பதே பார்ப்பனிய அல்லது வைதீகப் புராணிக மதமாக உள்ளது என்பதையும் அவர் குறிப்பிடுகின்றார். மேலை நாடுகளில் பணக்காரர், ஏழை என்னும் இரு பிரிவுகள் உண்டு. ஆனால் இங்கே ஆண்டான், அடிமை என்னும் பிரிவுகளும் உள்ளன என்கிறார்.

இப்படிப்பட்ட செய்திகளை யெல்லாம் உள்ளடக்கி இருப்பதால் தான் அந்தப் பதிப்பு மக்கள் மன்றத் திற்கு வரவிடாமல் தடுக்கப்பட்டு விட்டது. 133 ஆண்டுகளுக்குப் பின், மறைந்த நாமக்கல் நா.ப.ராமசாமி அவர்களின் இல்ல நூலகத்திலிருந்து இரண்டாம் பதிப்பைக் கண்டெடுத்து, பொ.வேல்சாமி, பெருமாள் முருகன், வீ.அரசு ஆகியோர் கவிதாசரணிடம் தர, அவர் பல்வேறு பொருளாதார நெருக்கடிகளைச் சமாளித்து 2008இல் அதனை வெளியிட்டுள் ளார்.

திராவிடம் என்பது வெறும் மொழிப் பெருமையன்று. சமூக நீதிச் சிந்தனையும் அதனுள் அடக்கம். கால்டுவெல் இரண்டையும் இணைக்க முயன்றார். சமற்கிருத ஆதிக்க மறுப்பு, சாதி ஆதிக்க மறுப்பு என்னும் இரண்டும் கால்டுவெல், வள்ளலார் ஆகிய இரு பெரு மக்களிடமும் இருந் தது. இவற்றோடு தந்தை பெரியார், 20ஆம் நூற்றாண்டில் பகுத்தறிவுச் சிந்தனைகளையும் சேர்த்துக் கொண் டார். சுயமரியாதை இயக்கம் இம்மண்ணில் பிறந்தது.

கார்ல்மார்க்ஸ்

ஏங்கெல்ஸ்

கால்டுவெல்

13

அச்சம் விடுக!
அறிவு பெற்றெழுக!!

சமூகநீதிச் சிந்தனைகளோடு பகுத்தறிவையும் பெரியார் சேர்த்துக்கொண்டபோது இம்மண்ணில் சுயமரியாதை இயக்கம் பிறந்தது என்றால், அதற்கு முன் பகுத்தறிவுச் சிந்தனைகளே தமிழ்நாட்டில் இல்லை என்று பொருள் ஆகாது.

உலகம் தோன்றிய விதம் குறித்து,
**நிலம்தீ நீர்வளி விசும்போ டைந்தும்
கலந்த மயக்கம் உலகம்**

என்று தொல்காப்பியம் கூறுவதே அறிவியல் வழிப்பட்ட சிந்தனைதான். 'எப்பொருள் யார் யார் வாய்க் கேட்பினும்', 'எப்பொருள் எத்தன்மைத் தாயினும்' அவற்றின் 'மெய்ப்பொருள் காண்பது அறிவு' என்னும் திருக்குறள் பகுத்தறிவுச் சிந்தனை உடையதே. அடுத்தடுத்து வந்த தமிழ் இலக்கியங்களிலும் பகுத்தறிவுக் கருத்துகள் அங்குமிங்குமாக இடம்பெற்றே உள்ளன.

எனினும் இலைமறை காயாக இல்லாமல் நேரடியாகவும், பகுத்தறிவுச் சிந்தனைகளை ஓர் இயக்கமாகவும் கொண்டு சென்ற பெருமை பெரியாரையே சேரும்.

தன் 70ஆவது அகவை நிறைவின்போது, "நான் எனது 17ஆவது வயதிலேயே இந்தக் கடவுள்களையும், இந்தப் பார்ப்பனர்களின் பித்தலாட்டங்களையும் எதிர்க்க ஆரம்பித்து விட்டேன். அதிலிருந்து இன்று வரைக்கும் சுமார் 53 ஆண்டுகளாக நானும் பகுத்தறிவுப் பிரசாரம் செய்து வருகிறேன். இதனால் நானென்ன செத்துவிட்டேனா? அல்லது எனக்கு இழிவு ஏற்பட்டுவிட்டதா? இல்லையே! பின் ஏன் நீங்கள் பகுத்தறிவு வழிநடக்க அஞ்சுகிறீர்கள்? அச்சம் விடுங்கள், அறிவு பெற்றெழுங்கள்!" என்கிறார் பெரியார். அதன்பின்பும் தொடர்ந்து கால் நூற்றாண்டு, தன்னுடைய வாழ்நாள் முழுவதும் பகுத்தறிவுப் பரப்புரைகளை அவர் மேற்கொண்டிருந்தார். இறுதிவரையில் அக்கொள்கையில் அவருக்குத் தளர்ச்சி ஏற்படவே இல்லை.

ஆனாலும், அக்கொள்கையை முழுமையாகப் பரப்புரை செய்யச் சில ஆண்டுகளை அவர் எடுத்துக் கொண்டார் என்பது உண்மைதான். சுயமரியாதை இயக்கம் தொடங்கியவுடனோ அல்லது அதற்கு முன் 1925ஆம் ஆண்டு குடியரசு இதழ் தொடங்கியவுடனோ அவர் கடவுள் மறுப்பு, பகுத்தறிவு என்று பேசவில்லை. திருப்பாதிரிப்புலியூர் ஞானியார் அடிகளைக் கொண்டுதான் குடியரசு முதல் இதழை அவர் வெளியிட்டார். முதல் இதழின் தலைப்பில், கோயில் கோபுரம், சிலுவை, பிறை ஆகிய மூன்றும் இடம் பெற்றிருந்தன.

இவற்றையெல்லாம் இன்று சிலர் தேடிக் கண்டுபிடித்துத் தங்களைப் பெரிய ஆராய்ச்சியாளர்கள் போல் காட்டிக் கொள்கின்றனர். இத்தனை சான்றுகளும் மறைத்து வைக்கப்பட்டவை அல்ல. அனைத்தும் சென்னை பெரியார் திடலில் உள்ள நூலகத்திலிருந்து எடுக்கப்பட்டவைதாம். எந்தப் பழைய ஒன்றையும் அழிக்காமல் வைத்திருக்கும் நேர்மையின் பொருட்டே இன்று பெரியாரைப் பலரும் விமர்சிக்க முடிகிறது. இன்னொன்றையும் நாம் நோக்க வேண்டும். 1925இல், எம்மதமும் சம்மதம் என்றோ, சர்வ சமயக் கோட்பாட்டிற்கு ஆதரவு தெரிவித்தோ பேசுவதே புரட்சிகரமானதுதான். சிலுவை, பிறையோடு கோயில் கோபுரத்தைச் சேர்த்த சித்திரத்தை ஒரு சைவ சமய அடிகளாரைக் கொண்டு வெளியிட்டதும் புரட்சிதான்.

1928 வரையில் பெரியாரின் எழுத்துகளில் கடவுளை ஏற்றுக் கொள்வது போன்ற தொடர்கள் காணப்படுகின்றன. 1925 ஜூன்

R. No. M. 2041 "KUDI-ARASU"

குடி அரசு

தமிழ் நாட்டுப் பெண்கள் மாநாடு.

'குடி அரசு' இதழ்

வ.வே.சு. அய்யர்

ஞானியார் அடிகள்

மாதம் வ.வே.சு. அய்யர் இறந்த போது, பெரியார் வெளியிட்டுள்ள இரங்கல் அறிக்கையில் கடவுள் நம்பிக்கை பற்றிய குறிப்பு உள்ளது. 1925 முதல் 1928 வரையிலான குடியரசு இதழைத் தேடினால் 'இறை நம்பிக்கை' உடைய பல இடங்களை நம்மால் காண முடியும். இவற்றையெல்லாம் காட்டிப் பெரியாரைக் கொச்சைப் படுத்திவிட முடியுமா என்று சிலர் முயற்சிக்கின்றனர்.

"பெரியாரிடம் ஒவ்வொரு அணுவிலும், அங்க அசைவிலும், சொல்லிலும், செயலிலும் குற்றம் கண்டுபிடிக்க வேண்டும் என்ற வன்மத்தோடும், வக்கிரபுத்தியோடும் எழுதப்பட்டுள்ள நூல்'' என்று ஒரு நூலை அடையாளம் காட்டுவார் அறிஞர் எஸ்.வி.ராஜதுரை. இன்றும் அதே வன்மத்தோடும், வக்கிரபுத்தியோடும் சிலர் நூல்களை எழுதிக் கொண்டுதான் உள்ளனர். ஆனாலும் பெரியாரின் புகழ்

வளர்ந்துகொண்டுள்ளதே அன்றி, ஒரு சிறிதும் குறையவில்லை.

அச்சத்திலும், அறியாமையிலும் ஊறித் திளைத்துள்ள ஒரு சமூகம், எடுத்த எடுப்பிலேயே கடவுள் மறுப்பு என்னும் இடத்துக்கு வந்துவிடாது, பகுத்தறிவுச் சிந்தனைகளை ஏற்றுக் கொண்டுவிடாது என்பதை பெரியார் அறிந்திருந்தார். அதனால்தான், 17ஆவது வயதிலேயே கடவுளை எதிர்த்துப் பேசிய பெரியார், அதனை மிக வெளிப்படையாக மக்கள் மன்றத்திற்குக் கொண்டுசெல்லத் தன் 49ஆவது வயது வரையில் காத்திருக்க வேண்டியதாகிவிட்டது.

தொடங்கியபின் அதன் வேகம் சற்றும் குறையாமல் அந்தப் பரப்புரையைப் பெரியார் மேற்கொண்டார். நாட்டின் இழிவுகளுக்கெல்லாம் பகுத்தறிவின்மையே காரணம் என்பதை விளக்கினார். “சமுதாயத் துறையில் இன்றுள்ள வேற்றுமை, பகைமை, துவேஷம், இழிவு, தரித்திரம், மடைமை முதலிய குணங்கள், மனிதனின் குறைவினால் -பகுத்தறிவு இல்லாததால் அல்லது பகுத்தறிவைச் செவ்வனே பயன்படுத்தாதால் ஏற்பட்டவையேயன்றி, காலக் கொடுமையாலோ, கடவுள் தன்மையாலோ இல்லை” என்றார் பெரியார்.

14

தார் இலக்கியம்

தந்தை பெரியாரின் பகுத்தறிவுக் கருத்துகளை என்னிடம் கொண்டு வந்து சேர்த்தவர்கள் இரண்டு சுப்பையாக்கள். ஒருவர் என் அப்பா காரைக்குடி ராம சுப்பையா. இன்னொருவர் சுவரெழுத்து சுப்பையா. இருவருமே பெரியார் மீது அளவு கடந்த பற்றும், மதிப்பும் உடையவர்கள். அன்றும் இன்றும் பெரியாரிடம் மாறாத பற்றுக் கொண்ட 'முரட்டுப் பற்றாளர்கள்' பல்லாயிரவர் உண்டு. அய்யா இறந்தபின், நடந்த ஒரு நிகழ்ச்சியைத் தோழர் விடுதலை ராஜேந்திரன் ஓரிடத்தில் பதிவு செய்துள்ளார்.

"பெரியார், கூட்டங்களில் மாலைகளைப் போடும் சடங்குகளை வீண் விரயம் என்று கூறினார். அதற்குப் பதிலாக நிதி தரும் வழக்கம், திராவிட இயக்க மேடைகளில் அறிமுகமானது. பெரியாருக்கு, மாலைக்குப் பதிலாக ஒரு ரூபாய் நிதி அளிக்கும் தோழர்கள் ஏராளம். பெரியார் மறைந்து உயிரிழந்த

காரைக்குடி இராம சுப்பையா

நிலையில் சென்னை அரசினர் தோட்டத்திலுள்ள ராஜாஜி அரங்கில் இறுதி மரியாதைக்காக அவரது உடல் வைக்கப்பட்டிருந்தது. நீண்ட கியூ வரிசையில் பலமணி நேரம் காத்திருந்து உடல் அருகே வந்து ஒரு கருஞ்சட்டைக் கிராமத்துத் தோழர் குழந்தையைப் போல் தேம்பி அழுது, தனது சட்டைப்பைக்குள் இருந்த ஒரு ரூபாய் நோட்டை எடுத்துப் பெரியாரின் காலடியில் வைத்து, 'ஐயா, மாலைக்குப் பதில் ஒரு ரூபாய்' என்று கதறிய காட்சி என் நினைவை விட்டு நீங்காத ஒன்று' என்கிறார் ராஜேந்திரன்.

இப்படிப்பட்ட தொண்டர்களில் ஒருவர்தான் சுவரெழுத்து சுப்பையா. சுவர்களில் தார் கொண்டு அவர் எழுதிய எழுத்துகள் எனக்குள் பல வினாக்களை எழுப்பின. அப்போது நான் காரைக்குடியில் பள்ளியில் படித்துக்கொண்டிருந்தேன். பள்ளி செல்லும் வழியில் உள்ள சுவர்களில் எல்லாம் அவருடைய 'தார் இலக்கியம்' என்னை ஈர்க்கும்.

"சக்தியுள்ள சாமியின் கோயிலுக்குச் சாவியும் பூட்டும் ஏன்?" என்று அவர் எழுப்பியிருந்த கேள்வி பல நாள்கள் என்னைச் சிந்திக்கத் தூண்டியது. நண்பர்களிடம் விவாதத்தை உருவாக்க அது வழி செய்தது. கடவுள் நம்மைப் பாதுகாப்பார் என்று சொல்கின்றனர். ஆனால் நாமல்லவா கோயிலைப்

பூட்டி வைத்து அவரைப் பாதுகாக்க வேண்டியுள்ளது என்ற ஐயம் வரும்.

பெரியாரின் கருத்துகள்தாம். ஆனாலும், அவற்றை மிக எளிமையாகவும், சுருக்கமாகவும் ஊர் ஊராக மக்களிடம் கொண்டு சென்ற பெருமை சுப்பையாவைச் சேரும். "போவது யாத்திரை, போடுவது மாத்திரை" என்று எழுதி வைத்திருப்பார். யாத்திரை எல்லாவற்றையும் குணப்படுத்தும் என்றால், பிறகு ஏன் அவர்கள் மாத்திரை உட்கொள்கின்றனர் என்ற வினா எத்தனை நியாயமானது.

குப்பைத் தொட்டிகளையும் அவர் விடுவதில்லை. "புராணங்களை இதில் போடு" என்று குப்பைத் தொட்டிகளில் எழுதி வைத்திருப்பார். "அண்டாவில் இருந்தால் தண்ணீராம், அதையே கெண்டியில் கொடுத்தால் தீர்த்தமாம். என்னே பார்ப்பனர் புரட்டு" என்று அவர் எழுதி வைத்திருந்த வரிகள் இன்றும் என் நினைவில் உள்ளன. என்னை மட்டுமில்லை, என் போன்ற அன்றைய சிறுவர்கள் பலரையும் அவர் தன் எழுத்தால் கவர்ந்திழுத்தார். பகுத்தறிவுச் செய்திகளை பகிர்ந்தளித்தார்.

யார் அந்தச் சுவரெழுத்து சுப்பையா? அப்போது எனக்கும் அவர் குறித்து யாதொன்றும் தெரியாது. அப்பாவிடம் கேட்டபோது ஒரு சில செய்திகளை அறிந்தேன். பின்பு, 2010 ஆம் ஆண்டு, அவர் இறந்து 25 ஆண்டுகளுக்குப் பிறகு, கோவையிலிருந்து பெரியார் திராவிடர் கழகம் வெளியிட்ட "சுவரெழுத்துப் புரட்சியாளர் சுவரெழுத்து சுப்பையா சிந்தனைப் பொறிகள்" என்னும் நூலைப் படித்தபின்தான் அந்தக் கருப்பு மெழுகுவத்தியைப் பற்றி முழுமையாக அறிந்து கொண்டேன்.

சுயமரியாதை இயக்கம் எத்தனை சோதனைகளைக் கடந்து, எத்தனை தொண்டர்களை இழந்து முன்னேறியிருக்கிறது என்பதை அறிந்துகொள்ள சுவரெழுத்துக்காரரைப் பற்றி நாம் கண்டிப்பாக அறிந்துகொள்ள வேண்டும்.

15

வேலியிட முடியாத காற்று!

சுவரெழுத்து சுப்பையா பிறந்த ஊர், காரைக்குடிக்கு அருகில் உள்ள சூரக்குடி என்றாலும், அவர் தன் வாழ்நாள் முழுவதும் மயிலாடுதுறையில்தான் வாழ்ந்தார். அவ்வூரில் உள்ள, ரங்கசாமியின் புத்தன் தேநீர்க் கடையில்தான் அவரைப் பார்க்க முடியும் என்பார்கள். உணவு, உறைவிடம் எல்லாம் அந்தக் கடையில்தான், பசி வரும்போது கடையில் என்ன இருக்கிறதோ அதை உண்பார், அங்கேயே இரவு படுத்துக்கொள்வார் என்கிறார் ரங்கசாமி.

தன்னைப் பற்றிய விவரங்களைக்கூட அவர் யாரிடமும் சொல்வதில்லை. 'எது உங்கள் சொந்த ஊர்' என்று கேட்டால், 'அதெல்லாம் எதற்கு உங்களுக்கு' என்பாராம். பெரியாரின் பகுத்தறிவுக் கருத்துகளைச் சுவர்களில் எழுதுவதற்கென்றே வேறு எந்த நோக்கமும், ஆசையும் இல்லாமல் வாழ்ந்திருக்கிறார். இரவு

12 மணிக்கு மேல் கிளம்பி, ஒற்றை மனிதராக ஊர்ச் சுவர்களிலெல்லாம் எழுதி முடித்துவிட்டுக் காலையில்தான் திரும்புவாராம். யாரையும் துணைக்கு அழைத்துச் செல்வதில்லை. யாருடைய உதவியையும் கோருவதில்லை. 'தனி மனித ராணுவம்' போல் அந்த மனிதர் செயல்பட்டுள்ளார்.

சாலைகளில் உருகி ஓடும் தார் அவருடைய மூலப்பொருள். அதில் மண்ணெண்ணெய் விட்டுக் குழைத்து, விரலில் துணியைக் கட்டிக் கொண்டு எழுதத் தொடங்கிவிடுவது அவரின் இயல்பு. எழுதிக் கொண்டிருக்கும்போது யார் அழைத்தாலும் அவர் காதுகளில் விழாதாம். தொட்டு அல்லது தட்டி அழைத்தாலும் திரும்பிப் பார்க்கமாட்டாராம். எழுதி முடித்த பின்தான் திரும்பி 'என்ன' என்று கேட்பார் என்பார்கள்.

முதலில் மயிலாடுதுறையில் எழுதிக்கொண்டிருந்த அவர், பிறகு ஊர் ஊராகப் போயிருக்கிறார். மயிலாடுதுறையில் தான் பார்த்துக்கொண்டிருந்த சிறு வேலையையும் விட்டுவிட்டு இதனையே தன்னுடைய வாழ்க்கையாக மாற்றிக்கொண்டுள்ளார். எந்த ஊருக்குப் போகின்றாரோ, அந்த ஊரில் உள்ள திராவிடர் கழக நண்பர்களே அவரின் பசியாற்றியுள்ளனர். பசிக்கு உணவும், படுத்தால் உறக்கமும், ஓரிரு உடைகளும் அன்றி அவருக்கு வேறு தேவைகள் ஏதுமில்லை. திருமணம் இல்லை, குழந்தைகள், குடும்பம் இல்லை. தனி மனிதராய் வாழ்ந்து, தன்னந் தனியாய் ஊர் சுற்றி, இறுதியில் மயிலாடுதுறை தொடர் வண்டி நிலையத்தில் தனியாய் இறந்து கிடந்த வரலாறு அவருடையது. வேலியிட முடியாத காற்று, வேண்டிய அறிவைத் தந்த விளை நிலம் அவர்.

காரைக்குடிக்கு வந்தபோது, என் அப்பாவையும், என்.ஆர்.சாமி அவர்களையும் சந்தித்துள்ளார். அவர்கள் இருவரும்தான் தொடக்க காலத்தில் அந்த வைதீகக் கோட்டையில் பெரியார் சிந்தனைகளை விதைத்தவர்கள். 1949இல் அப்பா, தி.மு. கழகத்தில் இணைந்துவிட்டார். என்.ஆர்.சாமி இறுதிவரை தி.க.வில் பணியாற்றினார். இன்றும் அவருடைய குடும்பம் அதே பணியில் தன்னை அர்ப்பணித்துக் கொண் டுள்ளது.

சுவரெழுத்து சுப்பையாவிற்குப் பல ஊர்களில் எதிர்ப்பு ஏற்பட்டுள்ளது. 'யாரவன் நம் ஊரில் வந்து இப்படியெல்லாம் எழுதுகிறவன்' என்ற கேள்வி! 'எங்கள் வீட்டுச் சுவரில் எப்படி நீ எங்களைக் கேட்காமல் எழுதலாம்' என்ற மிரட்டல்! ஆனால் எதற்கும் அஞ்சாமல் அவர் தன் பணியைச் செய்து கொண்டே இருந்திருக்கிறார். ஒருமுறை, குலக்கல்வித் திட்டத்தை எதிர்த்து,

சுவரெழுத்து சுப்பையா	என்.ஆர்.சாமி

மன்னார்குடியில் ஒரு சுவரில் எழுதிக்கொண்டிருந்திருக்கிறார். அது ஒரு பார்ப்பனர் வீடு. அந்த வீட்டுக்காரர் மிகுந்த சினம் கொண்டு சுப்பையாவை அதட்டியுள்ளார். இவருக்குத்தான் காதிலேயே விழாதே. திரும்பியே பார்க்காமல் எழுதிக் கொண்டிருக்க, அவர் உள்ளே போய் ஒரு குச்சியை எடுத்துக் கொண்டு வந்து முதுகில் தட்டியுள்ளார். அப்போதும் இவருடைய வேலை நிற்கவில்லை.

எழுதி முடித்துவிட்டுத் திரும்பியதும், அந்தப் பார்ப்பனர் இவரை மதிப்புக் குறைவாகப் பேசியுள்ளார். "யாரைக் கேட்டுடா என் சுவரில் எழுதினாய்?" என்று கேட்க, இவர் நிதானமாக, "யாரைக் கேட்டுடா ராமானுஜர் பிரசாரம் செய்தார்?" என்று திருப்பிக் கேட்டுள்ளார்.

எல்லாவற்றையும்விடக் கொடுமை, சென்னையில் ஒருமுறை இரவில் சுவரில் எழுதிக் கொண்டிருக்கையில், ஒரு காவல்துறை அதிகாரி, காவல் நிலையத்துக்கு அழைத்துச் சென்று, அடித்து, தார்ச் சட்டியில் இருந்த தாரை அவர் தலையிலேயே ஊற்றியுள்ளார். அதனால் சுப்பையாவுக்கு கண் பார்வை பிற்காலத்தில் சற்று மங்கிவிட்டது. அந்த அரைப் பார்வையோடும் அவர் சுவர்களில் எழுதினார் என்பது தியாக வரலாறு.

பகுத்தறிவுக் கருத்துகளுக்கு ஏன் இவ்வளவு எதிர்ப்பு?

16

அன்பிற்கும் உண்டோ....?

பகுத்தறிவு என்றாலே கடவுள் மறுப்பு மட்டும்தான் என்ற எண்ணம் மக்கள் மனங்களில் ஆழப் பதிந்துவிட்ட காரணத்தினால்தான், அவ்விதமான கருத்துகளுக்கு இவ்வளவு எதிர்ப்பு நாட்டில் உள்ளது.

கடவுள் பக்தி என்பது வெறும் நம்பிக்கை மட்டுமன்று, அதற்குள் ஒரு விதமான அச்ச உணர்வும் கலந்திருக்கிறது; அதனாலேதான் அதற்குப் பயபக்தி என்றே பெயர். கடவுளை நிந்தித்தால் அல்லது மறுத்தால் கூட தங்களுக்கு ஏதும் ஆகிவிடும் என்ற அச்சம் வெகு மக்களிடையே விரவிக் கிடக்கிறது. கடவுளை நம்புதல் எளிமையானதாகவும், ஆறுதல் தருவதாகவும் உள்ளது. அவனன்றி ஓர் அணுவும் அசையாது, எல்லாவற்றையும் அவன் பார்த்துக் கொள்வான் என்பன போன்ற நம்பிக்கைகள், நமக்கு வசதியாக உள்ளன.. யாரும் எதையும் பார்த்துக் கொள்ள

மாட்டார்கள், நாம் தான் எல்லாவற்றிற்கும் பொறுப்பேற்க வேண்டும் என்றால் அது கடினமாக உள்ளது. எனவே கடவுள் மறுப்பு என்னும் எதிர்நீச்சலை விட்டு விட்டுக் கடவுள் நம்பிக்கையைப் பலரும் ஏற்றுக் கொள்கின்றனர்.

கடவுள் மறுப்பாளர்கள் தம் வீட்டிலும் சிறுபான்மை, நாட்டிலும் சிறுபான்மை. இது எல்லோருக்கும் தெரியும். ஆனால் இதனைத் தாண்டி இன்னொரு உண்மை இருக்கிறது. கடவுள் மறுப்பாளர்கள் சிறையிலும் சிறுபான்மைதான். ஆம், உலகில் உள்ள எந்தச் சிறையை எடுத்துக் கொண்டாலும், அங்குள்ள கைதிகளில் நூற்றுக்குத் தொண்ணூறு பேர் அல்லது அதற்கும் மேல் கடவுள் நம்பிக்கை மிகுந்தவர்களாகவே இருப்பார்கள். தனக்குக் கடவுள் நம்பிக்கை வந்தபின், கவிஞர் கண்ணதாசன் ஒரு பாடலில்,

திருடனும் அரகரா சிவசிவா என்றுதான்
திருநீறு பூசுகின்றான்
சீட்டாடும் மனிதனும் தெய்வத்தின் பேர்சொல்லிச்
சீட்டைப் புரட்டுகின்றான்
முரடனும் அரிவாளால் காரியம் பார்த்தபின்

முதல்வனை வேண்டுகின்றான்
முச்சந்தி மங்கையும் முக்காடு நீக்கையில்
முருகனைக் கூவுகின்றாள்

என்று எழுதுவார். எனவே கடவுள் நம்பிக்கையும், பக்தியும், வாழ்வில் தவறு செய்பவர்களைத் திருத்தவில்லை என்பது தெளிவாகின்றது. நாட்டில் பக்தி கூடியுள்ளது என்பது உண்மைதான். ஆனால் அதன் விளைவாக ஒழுக்கமும், வாய்மையும் கூடியுள்ளனவா என்று கேட்டால் இல்லை என்பதுதானே விடை! பக்தியும் கூடிக் கொண்டுள்ளது, கொலை, கொள்ளைகளும் கூடிக் கொண்டிருக்கின்றன என்பதுதானே நடைமுறை உண்மை.

எனவே கடவுள் நம்பிக்கையோடு அச்சம், தன்னலம், ஆசை ஆகியனவும் பின்னிப் பிணைந்திருக்கின்றன என்பது வெளிப்படை. 'எத்தனையும் பேதமுறா தெவ்வுயிரும் தம்முயிர் போல் எண்ணி' இறைவனை வழிபடுவோர் எத்தனை பேர்? கடவுளின் மீது பாரத்தைப் போட்டுவிட்டுத் தான் துயரப்படாமல் இருக்கலாம் என்பதும், இறைவனை வழிபட்டால் எல்லா நன்மைகளும் நம்மை வந்தடையும் என்பதும் பொதுவான நம்பிக்கைகளாக இங்கு இருப்பதால் கடவுள் பக்தி இங்கு வாழ்கிறது.

இவ்வாறு மிகமிகப் பெரும்பான்மையினரின் கருத்தாக உள்ள கடவுள் நம்பிக்கையின் மீது கல் எறிவது அவ்வளவு எளிய செயலன்று. அதைத்தான் பெரியார் செய்தார். அதனால் அவர் காலம் முழுவதும் சொல்லடியும், கல்லடியும் பட நேர்ந்தது. மதுரை மாநாட்டுப் பந்தல் எரிக்கப்பட்டது. எத்தனையோ கூட்டங்களில் அழுகிய முட்டைகளும், பழங்களும் வீசப்பட்டன. கழுதைகளும், பன்றிகளும் கூட்டத்திற்கு நடுவே விடப்பட்டன. பெரியாரின் மீது செருப்பு வீசப்பட்டது. அனைத்தையும் தாங்கி கொண்டுதான் பகுத்தறிவுப் பணியைப் பெரியார் இம்மண்ணில் ஆற்றினார்.

"உங்களை புரிந்துகொள்ளாமல், உங்கள் தொண்டினை ஏற்றுக் கொள்ளாமல், உங்களை அடித்தும், இழிவு செய்தும் இன்பம் காணும் இந்த மக்களுக்காக ஏன் நீங்கள் இன்னும் உழைக்கின்றீர்கள்?" என்று ஒருமுறை அய்யா பெரியாரிடம், கால்நடை ஆய்வாளர்கள் கூட்டத்தில் அவர்பால் அன்பு கொண்ட சிலர் கேட்டுள்ளனர். அதற்கு அவர் சற்றும் தயங்காமல் ஒரு விடையைச் சொல்லியிருக்கிறார். அதனை அண்ணன் தஞ்சை ரத்னகிரி அவர்கள் எடுத்துச் சொன்னார்.

''நீங்களெல்லாம் ஆடு, மாடுகளுக்கு வைத்தியம் பார்க்கின்றீர்கள். அவற்றுக்கு ஊசி போடுகின்றீர்கள். அவற்றின்

நன்மைக்காக நீங்கள் பாடுபட்டாலும், அவை உங்களை உதைக்கத்தானே செய்கின்றன. உதைக்கின்றன என்பதற்காக நீங்கள் விட்டுவிடுகின்றீர்களா? திரும்பத் திரும்ப வைத்தியம் பார்க்கின்றீர்கள் இல்லையா? ஐந்தறிவு விலங்குகளிடமே நீங்கள் இவ்வளவு அன்பு காட்டும்போது, நம் சக மனிதர்களிடம் நான் அன்பு காட்ட வேண்டாமா?"

இவர்தான் தந்தை பெரியார்!!

17

வரலாற்று அதிசயம்!

இவ்வளவு எதிர்ப்புகள் ஒரு புறம் இருந்தாலும், பெரும் ஆதரவும் பெரியாருக்கு இருந்தது. உலகில் எவ்வளவோ பகுத்தறிவாளர்கள் இருந்தனர். இன்றும் இருக்கின்றனர். ஆனால் அவர்கள் அறிவாளர்கள் என்றும், சிந்தனையாளர்கள் என்றும் போற்றப்படுகின்றனரே அல்லாமல், மக்கள் தலைவர்களாகப் பார்க்கப்படுவதில்லை. ஆனால், மிகப் பெரும்பான்மையான மக்களால் ஏற்க முடியாத கருத்தைச் சொல்லி, அந்தப் பெரும் பான்மை மக்களாலேயே தங்களின் தலைவராகவும் ஏற்றுக் கொள்ளப்பட்ட ஒரே உலகத் தலைவர் பெரியாராக மட்டும்தான் இருக்க முடியும். இது ஒரு வரலாற்று அதிசயம் என்றே சொல்ல வேண்டும்.

இன்று தமிழ்நாட்டின் இருபெரும் கட்சிகளும், பெரியாரிட மிருந்துதான் தங்கள் அரசியல் வரலாற்றைத் தொடங்கியுள்ளன.

பட்டுக்கோட்டை அழகிரி

கி.ஆ.பெ. விசுவநாதம்

அவற்றுள் ஒன்றான ஆளும் கட்சி, உள்மனத்தில் பெரியாரை ஏற்கிறதோ இல்லையோ, வெளியே ஏற்பதாகத்தான் சொல்கிறது. சொல்ல வேண்டிய கட்டாயம் உள்ளது. அவ்விரு பெரும் கட்சிகள் மட்டுமின்றி, பெரியாரை, அண்ணாவை மறுத்துவிட்டு எந்த ஒரு கட்சியும் தமிழக மக்களிடம் செல்வாக்குப் பெற முடியவில்லை. ஈடுபாடு இருக்கிறதோ இல்லையோ, 'திராவிட' என்னும் சொல்லைத் தங்களின் கட்சியின் பெயரில் சேர்த்துக் கொள்ள வேண்டிய தேவை தமிழ்நாட்டில் உள்ளது. அந்த அளவிற்கு வெகு மக்கள் பெரியாரை ஏற்றுக் கொண்டுள்ளனர்.

இன்னொரு பக்கம், பெரியார் இறந்துபோய், 43 ஆண்டுகள் ஆகிவிட்ட பிறகும், இன்னும் அவரை ஒரு சிறு கூட்டம் மிகக் கடுமையாக எதிர்த்துக் கொண்டுள்ளது. அவர் வாழ்ந்த காலத்தில் தொடங்கிய அந்த எதிர்ப்பு இன்றுவரை தொடர்கிறது. இறந்தபிறகும் எதிர்க்கப்படும் மிகச் சில தலைவர்களில் ஒருவராகப் பெரியார் உள்ளார். அதுவே அவர் இன்னும் வாழ்ந்து கொண்டிருக்கிறார் என்பதற்குமான சான்றாகவும் உள்ளது.

காலம் கடந்தும் வாழ்வதற்கு அவரின் நுண்மாண்

நுழைபுலமே காரணம். தன்னுடைய கொள்கைகளை வெறும் சித்தாந்தமாக மட்டும் சொல்லிவிட்டுப் போய்விடாமல், அவற்றை நடைமுறை வாழ்க்கையின் அனைத்துக் கூறுகளோடும் இணைத்ததே அவ்வெற்றியின் பின்புலம். வாழ்வியல் நிகழ்வுகள் (சடங்குகள்) ஒவ்வொன்றையும் கேள்வி கேட்டு, அவற்றுள் பகுத்தறிவுக்குப் புறம்பானவைகளை அம்பலப்படுத்தி, நூற்றாண்டுக் களைகளை அகற்றத் துணிந்த பெரியாரின் செயலே அவரைப் புறக்கணிக்க இயலாதவராக ஆக்கியுள்ளது.

குழந்தையின் பிறப்பில் தொடங்கி, பெயர் சூட்டுதல், காது குத்துதல், பூப்பு நீராட்டுதல், திருமணம் என்று இறப்பு வரையில் சாதி மதச் சடங்குகள் நம்மைத் தொடர்கின்றன. அவை அனைத்தும் பார்ப்பனமயமாக உள்ளன. நம்மை அடிமைப்படுத்துகின்றன. நம் சுயமரியாதையைக் கேலி செய்கின்றன. எனவே அனைத்திலும் சுயமரியாதை இயக்கம் தலையிட்டது. மற்ற மற்ற கட்சிகள், இயக்கங்களைப் போல அரசியலை வீட்டுக்கு வெளியே தொடங்காமல், சுயமரியாதை இயக்கம் தன் அரசியலை வீட்டுக்குள் இருந்து தொடங்கியது. அதனால் அவ்வியக்கத்தின் கொள்கை பொது இடங்களில் மட்டுமின்றி, ஒவ்வொரு வீட்டிலும் விவாதிக்கப் படக்கூடிய ஒன்றாக மாறியது.

ஒவ்வொரு குடும்பத்திலும் காலம் காலமாய்ப் பின்பற்றப்பட்டு வந்த சடங்கு, சாங்கியங்களை இளைய தலைமுறை கேள்வி கேட்கத் தொடங்கியது. 'எங்கள் திருமணத்திற்கு புரோகிதரும், ஆடம்பரமும், சமஸ்க்கிருத மந்திரமும், புகையும், நெருப்பும் ஏன்? இரண்டு மாலைகளும், இணைந்த நெஞ்சங்களும் போதும்' என்று சொன்னபோது, மூத்தவர்களுக்கு மூச்சடைப்பே வந்துவிட்டது.

'கலிகாலம், கலிகாலம் இந்த நாயக்கர் நம் பிள்ளைகளை எல்லாம் கெடுத்துக் குட்டிச்சுவர் ஆக்கிவிட்டார்' என வீட்டுக்கு வீடு புலம்பல்கள் கேட்டன.

புரோகிதர் இல்லாமல், புரியாத மந்திரங்கள் இல்லாமல், சடங்கு சாங்கியங்கள் இல்லாமல் தந்தை பெரியார் தலைமையில், அருப்புக்கோட்டைக்கு அருகில் உள்ள சுக்கிலநத்தம் என்னும் கிராமத்தில், 1928 மே 5 ஆம் நாள் ஒரு சீர்திருத்தத் திருமணம் நடைபெற்றது. பட்டுக்கோட்டை அழகிரிசாமி, கி.ஆ.பெ. விசுவநாதம் ஆகியோர் அம் மணவிழாவில் கலந்து கொண்டனர்.

அந்தத் திருமணம் தமிழகப் பண்பாட்டு வரலாற்றில் ஒரு புதிய திருப்பத்தை உருவாக்கியது..

18

பெண் விடுதலைக்கான முதல் இயக்கம்

ஒரு திருமணம் ஒரு சமூகத்தில் பெரிய மாற்றத்தை ஏற்படுத்தி விடுமா என்னும் வினாவிற்கு, ஆம் என்பதே விடை. 1928 ஆம் ஆண்டு சுக்கிலநத்தம் திருமணத்திற்கு முன்பே நாகை காளியப்பன் போன்றோர் அத்தகைய திருமணத்தைச் செய்து கொண்டுள்ள செய்தி இப்போது கிடைத்துள்ளது. எனினும் முறையாக அறிவிக்கப்பட்டு நடைபெற்ற அத்திருமணமே, அதற்குப் பின் மேலும் பல சுயமரியாதைத் திருமணங்களுக்கு வழிவகுத்தது. திருமணம் என்றால் எந்த மாதிரித் திருமணம் என்று கேள்வி கேட்க வேண்டிய நிலை ஏற்பட்டது.

ஆனாலும், சுயமரியாதைத் திருமணத்தைப் புதுமை என்றோ, புரட்சி என்றோ பெரியார் கூறவில்லை. "சுயமரியாதைக் கலியாணம் என்பதில் புதிய முறையோ, புதிய சடங்கோ ஒன்று மில்லை என்பதைத் தெரிவித்துக் கொள்கின்றேன். அர்த்தமற்றதும், பொருத்தமற்றதுமான சடங்குகள் வேண்டாம் என்பதும்,

அனாவசியமான அதிகச் செலவும், அதிகக் காலக்கேடும் இருக்கக் கூடாது என்பதும்தான் சுயமரியாதைக் கலியாணத்தின் முக்கியத் தத்துவமாகும்" என்று தெளிவாக எடுத்துரைத்தார் பெரியார்.

அவர் சொன்னதில் எந்த மிகையும் இல்லை. பழந்தமிழ் நாட்டில் நடைபெற்ற திருமணங்கள் பெரிதும் இப்படித்தான் நடந்துள்ளன. சங்க இலக்கியமான அகநானூறு என்னும் நூலின் 86 மற்றும் 136 ஆம், பாடல்களில் திருமணம் பற்றிய செய்திகள் இடம் பெற்றுள்ளன. அவற்றுள் மந்திரங்களோ, வேள்விகளோ நடைபெற்றதாக ஒரு குறிப்பும் இல்லை. மங்கல மகளிர் போன்ற சில சொற்கள் காணப்படுவது உண்மைதான். அப்படிப் பெண்களைப் பாகுபடுத்திப் பார்க்கும் போக்கும் சுயமரியாதைத் திருமணத்தில் இல்லை.

சுயமரியாதைத் திருமணங்கள் அடிப்படையில் மூன்று நோக்கங்களைக் கொண்டவை என்று சொல்லலாம்.

1. பெண்களுக்கான சமத்துவம்
2. தேவையற்ற சடங்குகள், வடமொழி மந்திரங்களைத் தவிர்த்தல்
3. பொருளையும், காலத்தையும் வீணடிக்காதிருத்தல்

மேலும் பல சிறு பயன்பாடுகள் உள்ளன என்றாலும், இவை மூன்றுமே முதன்மை வாய்ந்தன என்று கூறலாம்.

தொடக்கம் முதற்கொண்டே, பெண்களின் மீதான ஒடுக்குமுறைகளுக்குச் சு.ம. இயக்கம் எதிர்க் குரல் கொடுத்து வந்தது. இது ஒரு சாதியச் சமூகம் என்பதால், சாதியின் பெயரால் பெரிய எண்ணிக்கையிலான உழைக்கும் மக்கள் ஒடுக்கப்பட்டனர். கூடுதலாக, ஒவ்வொரு சாதியிலும் உள்ள பெண்கள் ஆண்களாலும் ஒடுக்கப்பட்டனர். எனவே இருவிதமான ஒடுக்குதல்களுக்கு ஆளாகியுள்ள பெண்களுக்கு ஆதரவாகச் சு.ம.இயக்கம் குரல் கொடுத்தது. பெண்களின் உரிமைகளுக்காகப் பெரியாருக்கு முன்பாகவே அறிஞர்கள், கவிஞர்கள் பலர் எழுதியும், பேசியும் உள்ளனர் என்றபோதிலும், அவர்களெல்லாம் அதற்காக ஓர் இயக்கம் கட்ட முயன்றதில்லை. சு.ம. இயக்கமே தமிழகத்தின் முதல் பெண்ணுரிமை இயக்கமாக விளங்கியது என்று கூறலாம்.

குறிப்பாக, திருமணம் என்று வரும்போது பெண்கள் மீதான ஒடுக்குமுறை பலமடங்கு உயர்வதை நாம் பார்க்க முடியும். திருமணத்தை முன்னிறுத்தியே, ஒரு பெண் பருவம் எய்தியதும், பெற்றோர்களும், உறவினர்களும் பாதுகாப்பு என்ற பெயரில் அடக்குமுறைகளைத் தொடங்கி விடுகின்றனர். பருவம் எய்துதலை ஒரு சடங்காகவே ஆக்கி, அன்றிலிருந்து அவளின் பொதுவெளி குறைக்கப்படுகிறது. அரை நூற்றாண்டுக்கு முன்,

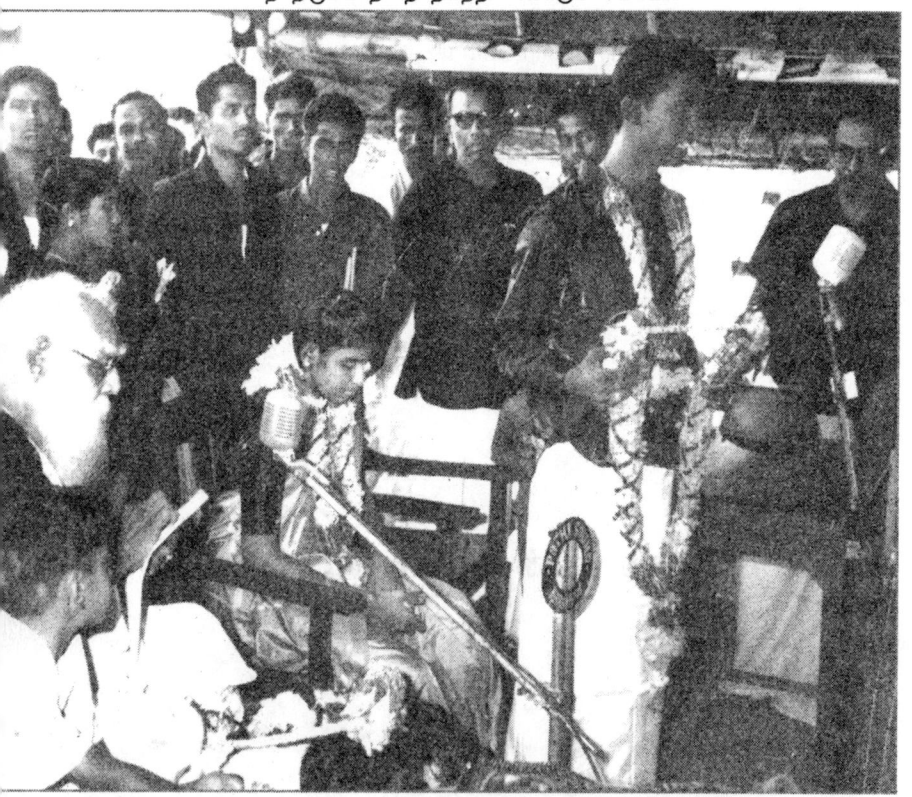

காரைக்குடி என்.ஆர்.சாமி இல்லத்தின்
சுயமரியாதை திருமணத்தை நடத்தி வைக்கும் பெரியார்

பருவம் அடைந்தவுடன் அந்தப் பெண்ணின் பள்ளி வாழ்க்கை முடிந்து போகும். வெளி நடமாட்டம் குறைந்து போகும். திருமண ஏற்பாடுகள் தொடங்கியதும், அவளுடைய அனைத்து நடவடிக்கைகளும் ஒரு முடிவுக்கு வந்துவிடும்.

ஒரு பெண்ணைக் காட்சிப் பொருளாக்கி, 'பெண் பார்க்கும்' படலம் தொடங்கும். 'சமைக்கத் தெரியுமா' என்ற கேள்வியில் தொடங்கி, 'ஆடத் தெரியுமா', 'பாடத் தெரியுமா' என்று ஆயிரம் கேள்விகள் அணிவகுக்கும். சில இடங்களில், 'பெண்ணைக் கொஞ்சம் நடக்கச் சொல்லுங்கள் பார்ப்போம்' என்று நடக்கச் சொல்லி, கால்கள் சரியாக இருக்கின்றனவா என்று பார்த்துக் கொள்வதும் உண்டு. எல்லாம் சரியாக இருந்தால், பிறகு 'வரதட்சிணை' என்னும் பெயரில் 'வியாபாரம்' தொடங்கும்.

இந்த அவலங்கள் எல்லாம் இன்றும் முழுமையாக ஒழிந்து விடவில்லை. இவற்றை எல்லாம் 80, 90 ஆண்டுகளுக்கு முன் எதிர்ப்பதற்கு எவ்வளவு துணிச்சல் வேண்டும்! அந்தத் துணிச்சல் சுயமரியாதை இயக்கத்திற்கு இருந்தது!!

19

பெண் என்பவள் பொருளா?

பெண் பார்த்தல் மட்டுமின்றி, திருமணத்தையே பெண் எடுத்தல், பெண் கொடுத்தல் போன்ற சொற்களால் பேச்சு வழக்கில் நாம் குறிக்கின்றோம். கணவனைக் 'கொண்டான்' என்று கூறுகின்ற பழக்கம் உள்ளது. அதனையொட்டியே 'கொண்டான், கொடுத்தான்' என்ற வழக்கு உள்ளது. இவை அனைத்தும், பெண்ணைக் கொடுப்பது, பெண்ணைக் கொள்வது என்ற பொருளில்தான் ஆளப்படுகின்றன. ஆகவே பெண் என்பவள், கொடுப்பதற்கும், கொள்வதற்கும் உரிய பொருள் ஆகி விடுகிறாள்.

ஒரு குறிப்பிட்ட சமூகத்தில், திருமணத்தை 'தாரா முகூர்த்தம்', 'கன்னிகாதானம்' என்றே குறிப்பிடுகின்றனர். மணமகளின் பெற்றோர், மணமகளின் கையைப் பிடித்து, மணமகனின் கைமேல் வைத்து, எள்ளும் தண்ணீரும் விட்டு, இனி இவள் உனக்கே சொந்தமென்று தாரை வார்த்துக் கொடுப்பதும்,

கன்னியாக உள்ள மகளைத் தந்தை தன் மடியில் அமர வைத்து மணமகனிடம் தானமாகக் கொடுப்பதும் இந்தச் சொற்களின் பொருள். இத்திருமண முறைகளில் எங்கேனும் பெண் ஒரு ஜீவனாகக் கருதப்படுகின்றாளா? அன்று அமெரிக்காவில், ஆப்பிரிக்க மக்கள் அடிமைகளாக விற்கப்பட்டதைப் போல, இங்கு பெண்கள் தானமாகக் கொடுக்கப்படுவதைத் திருமணம் என்று எப்படிச் சொல்வது என்று கேட்டார் பெரியார்.

அப்படித் தானமாகக் கொடுக்கப்படுவதால்தான், கணவன் என்ன செய்தாலும் அதை பொறுத்துக்கொண்டு மனைவி குடும்பம் நடத்த வேண்டும் என்ற நிலை இங்கு இருந்தது. இன்றும் பரவலாக இருக்கவே செய்கிறது. அது மட்டுமல்லாமல், மனைவி இறந்துபோனால், கணவன் மறுமணம் செய்துகொள்ள எந்தத்

தடையும் இங்கு இல்லை. ஆனால் கணவன் இறந்து போனால் மனைவி உடன்கட்டை ஏற வேண்டும் அல்லது காலமெல்லாம் கைம்பெண்ணாக (விதவை) இருக்க வேண்டும் என்பதுதானே சமுதாய விதி! முன்பெல்லாம் குழந்தைத் திருமணங்கள் (பால்ய விவாகம்) நடந்தன. 5,6 வயதில் அந்தக் 'கணவன்' இறந்துவிட்டால், இரண்டு அல்லது மூன்று வயதில் உள்ள அந்த 'மனைவி' காலமெல்லாம் விதவைக் கோலத்தை ஏற்றுக்கொள்ள வேண்டும் என்று நம் சமூகம் கட்டாயப்படுத்தியதே! என்ன கொடுமை இது!

இவைகள் எல்லாம் சுயமரியாதைத் திருமணத்தில் இல்லை என்பதைச் சற்றுக் கடுமையான சொற்களிலேயே கூறுகின்றார் பெரியார். "சுயமரியாதைக் கலியாணத்தில் இவ்வித அக்கிரமமும், அயோக்கியத்தனமும், அறியாமையும், கொடுமையும், மூர்க்கத்தனமும், காட்டுமிராண்டித் தனமும் இல்லை" என்பது அவருடைய கூற்று.

சுயமரியாதைத் திருமணம் என்பது கருத்தொருமித்த இருவரிடையே ஏற்படும் ஓர் ஒப்பந்தம். அவ்வளவுதான். ஒருவருக்கு உள்ள உரிமைகள் அனைத்தும் மற்றவருக்கும் உண்டு என்பதே அந்த ஒப்பந்தத்தின் சாரம். அந்த உறுதிமொழியை அவையோர் முன்னிலையில் ஏற்றே அவர்கள் இருவரும் சம உரிமை உள்ள வாழ்விணையர் ஆகின்றனர். ஆதலால், மனம் ஒவ்வா இடங்களில் மணமுறிவும் அங்கே ஏற்கப்பட்ட ஒன்றாகும். "கணவனை இழந்தோர்க்குக் காட்டுவது இல்" என்ற விதி எல்லாம் சுயமரியாதை உலகில் செல்லுபடி ஆகாது. மறுமணம் என்பதும் இருவருக்கும் பொதுவானதே. சுருக்கமாகச் சொன்னால், ஆணும் பெண்ணும் சமம் என்பதே, சுயமரியாதைத் திருமணத்தின் முதல் அடித்தளம்.

சரி போகட்டும், சமற்கிருத மந்திரங்கள் திருமணத்தில் ஓதப் படுவதை பெரியார் ஏன் எதிர்த்தார் என்று கேட்கலாம். அந்த மந்திரங்கள் பிற மொழியில் உள்ளன என்பதால் மட்டுமின்றி, அவற்றின் பொருள் நம் பெண்களை மானக் கேட்டிற்கு உள்ளாக்குகிறது என்பதாலும் அவர் அதனை எதிர்த்தார். இதோ அந்த மந்திரம்;

ஸோம: ப்ரதமோ விவிதே
கந்தர்வோ விதித உத்தர
த்ருதீயோ அக்நிஷ்டே பதி
துரியஸ்தே மனுஷ் யஜா

இந்த மந்திரத்துக்கு என்ன பொருள் என்று சமஸ்கிருதம் தெரிந்தவர்களைக் கேட்டுப் பாருங்கள். சுயமரியாதைத் திருமணத் தின் தேவையும் பெருமையும் என்னவென்று நமக்குப் புரியும்!

20

பெரியார் என்னும் புரோகிதர்

"இந்தப் பெண்ணானவள் முதலில் ஸோமனிடம் இருந்தாள். பிறகு அவன் இவளைக் கந்தர்வனுக்குக் கொடுத்தான். அவனோ அக்கினியிடம் சேர்த்து வைத்தான். அவனிடமிருந்து நான் பெற்று இப்போது இந்த மனுஷனுக்குக் கொடுக்கிறேன்" என்பதுதான் அந்த மந்திரத்தின் பொருள். அதனால்தான் நாளைக்கு அக்கினி இவளைத் தன்னுடையவள் என்று கூறிவிடக் கூடாது என்பதற்காக, 'அக்கினி சாட்சியாக' நெருப்பு வளர்த்துத் திருமணம் செய்து கொடுக்கின்றனர்.

இந்த அவமானத்தை நாம் புரிந்து கொள்ளக் கூடாதென்றே மந்திரங்கள் நமக்குப் புரியாத சமற்கிருதத்தில் சொல்லப்படுகின்றன. பொருள் விளங்காமல் நாமும் அந்த மந்திரங்களை மகிழ்வுடன் கேட்டுக் கொண்டிருக்கிறோம். பல மந்திரங்கள் நம்மை "ஏக மாதா"விற்கும், "பகு பிதா"விற்கும் பிறந்தவர்கள்

டி.கே.சி.

பெரியாருடன் ராஜாஜி

என்றுதானே சொல்கின்றன. மாதா, பிதா என்னும் சொற்களுக்கு நாம் பொருள் அறிவோம். ஏக என்றால் ஒன்று, பகு என்றால் பல என்று பொருள்! இதற்கு மேல் நாம் விளக்க வேண்டியதில்லை.

இந்த அவமானங்களையெல்லாம் துடைத்து, தமிழ்ச் சமூகத்தை மானமும் அறிவும் உள்ள சமூகமாக ஆக்க வேண்டும் என்றுதான் சுயமரியாதை இயக்கம் தோன்றியது. அதன் ஒரு பகுதியாகவே, திருமணங்களில் சுயமரியாதையை முதலில் கொண்டு வந்தது அவ்வியக்கம். அந்த வகைத் திருமணத்திற்கு அன்று கடும் எதிர்ப்பு நிலவியது. சில பகுதிகளில் அப்படித் திருமணம் செய்துகொண்டவர்கள் சாதி விலக்கிற்கும், சமுதாய விலக்கிற்கும் ஆளாகியுள்ளனர். ஒருமுறை திருச்சியில் சுயமரியாதைத் திருமணத்தைக் கிறித்துவ மதத்தைச் சேர்ந்தவர்களுக்குப் பெரியார் செய்துவைத்தார். அதனை எதிர்த்துப் பாதிரியார்கள் காவல் நிலையத்தில் மனு கொடுக்க, பெரியார் கைது செய்யப்பட்ட நிகழ்ச்சியும் நடந்துள்ளது.

ஆனால் ஒரு பத்து ஆண்டுகளிலேயே அந்த எதிர்ப்பின் வேகம் குறைந்துவிட்டது. அதற்கு எடுத்துக்காட்டு ஒன்று கூறவேண்டுமானால், வைதீகக் கொள்கைகளில் ஊறித் திளைத்த ராஜாஜி அவர்களே அப்படிப்பட்ட ஒரு சுயமரியாதைத் திருமணத்தில் கலந்துகொண்டு மணமக்களை வாழ்த்திய நிகழ்வைக் கூறலாம். பெரியார், ராஜாஜி இருவரும் இணைந்து பங்கேற்ற திருமணம் அது என்பது இன்னொரு சிறப்பு!

1936ஆம் ஆண்டு மே மாதம் 31ஆம் நாள் குற்றாலத்தில்

அந்தச் சிறப்புமிகு திருமணம் நடைபெற்றது. பட்டணம் பொடி உரிமையாளர் தங்கவேலுவுக்கும், மதுரையைச் சேர்ந்த பெரிய வணிகர் ஒருவரின் மகளுக்கும் நடந்த திருமணம் அது. பெரியார் தலைமை தாங்க, ராஜாஜியும், டி.கே.சி.யும் வாழ்த்துரை வழங்கியுள்ளனர். அந்தத் திருமண மேடையிலும் சில விவாதங்கள் அரங்கேறியுள்ளன.

ராஜாஜி அவர்கள் பேசும்போது, 'இந்தத் திருமணத்திற்குப் பெரியார்தான் புரோகிதர்' என்று கூறியிருக்கிறார். அதற்கு விடை சொல்லும் முறையில், பெரியார் பேசும்போது, "புரோகிதக் கொடுமையும் புரோகிதப் புரட்டும் பொறுக்க முடியாமல் இருப்பதாலும், அப்படி இருந்தும் அதற்குச் செல்வாக்கு இருப்பதாலும்தான் நான் புரோகிதத்தை அடியோடு ஒழிக்க வேண்டும் என்கிறேன். ஆனால் என் பணிவிற்குரிய ஆச்சாரியார் என்னையே புரோகிதன் என்று கூறுகிறார். இதுதான் புரோகித முறையாகவும், புரோகிதத்துக்கு இவ்வளவுதான் வேலை என்றும் இருந்தால், நான் அந்தப் புரோகிதப் பட்டத்தை ஏற்கத் தயாராய் இருப்பதோடு, புரோகிதத் தன்மையை எதிர்க்கவும் மாட்டேன்" என்று கூறியிருக்கிறார்.

"எனினும் என் மதிப்பிற்குரிய தோழர் ஆச்சாரியார் அவர்களும், தோழர் முதலியார் அவர்களும் (டி.கே.சி) இத் திருமணத்தைப் பாராட்டியிருப்பது என் பெருமைக்குரியதாகும்" என்றும் பெரியார் தன் உரையில் குறிப்பிடுகின்றார். இவ்வாறு ராஜாஜியே ஏற்றுக்கொண்ட முறையாகச் சுயமரியாதைத் திருமணம் ஆனபோதும், நீதிமன்றம் அதனை ஏற்கவில்லை. இத்திருமண முறையைச் சட்டத்திற்குப் புறம்பானது என்று கூறி, 1953இல் கடுமையான நீதிமன்றத் தீர்ப்பு ஒன்று வெளியானது.

21

நீதிமன்றமா? பெரியாரியமா?

*1953*ஆம் ஆண்டு வழங்கப்பட்ட அந்தத் தீர்ப்பு, சுயமரியாதை இயக்கத்திற்குப் பெரும் பின்னடைவை ஏற்படுத்தும் என்றே அன்று பலரும் கருதினர். ஆனால் அந்தத் தடைக்கல்லையே ஒரு படிக்கல்லாக மாற்றிக் காட்டினார் பெரியார். திருமணம் நடந்து 19 ஆண்டுகளுக்குப் பின் அத்திருமணம் செல்லாது என்று கூறியது அத்தீர்ப்பு.

1934ஆம் ஆண்டு கோட்டையூரைச் சேர்ந்த சிதம்பரம் என்பவருக்கும், திருவண்ணாமலையைச் சேர்ந்த ரங்கம்மாள் என்பவருக்கும், திருச்சியில் பெரியார் தலைமையில் ஒரு திருமணம் நடைபெற்றது. அது ஒரு சாதி மறுப்புத் திருமணம். இருவருமே தங்களின் வாழ்விணையர்களை ஏற்கனவே இழந்தவர்கள் என்பதால் அது ஒரு மறுமணமும் ஆகும். சடங்குகள், மந்திரங்கள் எவையுமில்லாத சுயமரியாதைத்

திருமணமாக நடந்தது.

இத்திருமணம் முடிந்து பல ஆண்டுகளுக்குப் பின், சிதம்பரத்தினுடைய முதல் மனைவிக்குப் பிறந்த மகனை மணந்துகொண்ட தெய்வானை என்பவர் ஒரு வழக்குத் தொடுத்தார். அதாவது மாமனார் மீது மருமகள் தொடுத்த சொத்து வழக்கு அது! ரங்கம்மாளுக்குப் பிறந்த பிள்ளைகள் எந்தச் சொத்தையும் பெற உரிமையற்றவர்கள் என்றும், அவருடைய முதல் மனைவியின் வழிப் பிறந்த பேரன், பேத்திகளுக்கு மட்டுமே சொத்துகள் முழுமையாக வந்து சேர வேண்டும் என்றும் அவர் வழக்குத் தொடுத்தார். சிதம்பரத்தின் மகன் இறந்துவிட்டபடியால், அவருடைய மனைவியாகிய தான் வழக்குத் தொடுப்பதாக அவர் கூறியிருந்தார்.

வழக்குத் தொடுப்பதில் எந்த வியப்பும் இல்லை. சொத்து வழக்குகள் காலம் காலமாக நடந்துகொண்டுதான் இருக்கின்றன. மேலும், சிதம்பரத்திற்கு, மலேயாவிலும் (இன்றைய மலேசியா, சிங்கப்பூர் சேர்ந்திருந்த காலம்), இந்தியாவிலும் ஏராளமான சொத்துகள் இருந்தமையால் சொத்து வழக்குகள் வருவதற்கு

வாய்ப்புண்டுதானே! ஆனால் அவ்வழக்கில் நீதிபதிகள் கொடுத்த தீர்ப்புதான் பெரும் அதிர்ச்சியைத் தரக்கூடியதாக இருந்தது.

இவ்வழக்கில், நீதிபதி ராஜகோபாலன், நீதிபதி சத்தியநாராயண ராவ் (இருவருமே பார்ப்பனர்கள்) ஆகியோர் 26-08-1953 அன்று தீர்ப்பு வழங்கினர். "இந்து முறைப்படியோ, பாரம்பரிய முறைப்படியோ (customary marriage) நடைபெறாத சிதம்பரம்-ரங்கம்மாள் திருமணம் செல்லாது என்பதும், அவர்களுக்குப் பிறந்த குழந்தைகளுக்குச் சொத்துரிமை கிடையாது என்பதும்தான் தீர்ப்பின் சாரம்.

ஆனால் அதுகுறித்து அவர்கள் கூறியிருந்த பல விளக்கங்கள், சுயமரியாதை இயக்கத் தோழர்களைக் கொந்தளிக்க வைத்தது. "சப்தபதி, ஓமம் வளர்த்தல் போன்ற முக்கியச் சடங்குகளைக் கூட நடத்தாமல், யாரோ சிலர் கூடி, தங்கள் விருப்பத்திற்கேற்ப இத்திருமணத்தை நடத்தியுள்ளனர்" என்றனர் நீதிபதிகள். அது என்ன சப்தபதி? சப்த ஸ்வரங்கள் (ஏழிசை), சப்தகிரி (ஏழுமலை) என்றெல்லாம் சொல்வது போல சப்தபதி என்றால் ஏழு அடிகள் என்று பொருள். அக்னி(நெருப்பு)யைச் சாட்சியாக்கி, அந்த அக்னியை மணமக்கள் ஏழு முறை சுற்றி வருவதே சப்தபதிச் சடங்கு. அது அவ்வளவு முக்கியமானதாம்.

அதற்குப் பிறகு சுயமரியாதைத் திருமணம் புரிந்து கொள்ள யாரும் முன்வருவார்களா? வந்தார்கள். முன்னைவிடக் கூடுதலான எண்ணிக்கையில் முன்வந்தார்கள். சட்டம் என்ன சொல்கிறது என்பது குறித்து எந்தக் கவலையும் கொள்ளாமல், பெரியார் என்ன சொல்கிறார் என்பதை மட்டுமே கவனத்தில் கொண்டனர் மானமிகு சுயமரியாதைத் தோழர்கள்.

22

காத்திருந்தது காலம்!

நீதிமன்றத்தால் செல்லாது என்று அறிவிக்கப்பட்ட அந்தத் திருமணத்தின் இணையர்கள் சிதம்பரம்-ரங்கம்மாள் என்பதைச் சென்ற பகுதியில் பார்த்தோம். அவர்கள் இருவரும் இன்றைய திராவிடர் கழகத்தின் தலைவர் ஆசிரியர் கி.வீரமணி அவர்களின் மாமனாரும், மாமியாரும் ஆவர். அவர்களின் மகள் மோகனா அம்மையாரைத்தான் பிற்காலத்தில் ஆசிரியர் மணந்து கொண்டார்.

அந்த நீதிமன்றத் தீர்ப்புக்கு எதிர் விளைவுகளும் இருந்தன. சுயமரியாதைத் திருமணங்கள் செல்லுபடியாகும் வண்ணம் சட்டம் திருத்தப்பட வேண்டும் என்ற கோரிக்கைகள் வலிமையாக எழுந்தன, அப்போது (1953 ஆம் ஆண்டு) ராஜாஜி தமிழ்நாட்டின் முதலமைச்சராக இருந்தார். அந்த நேரத்தில், சட்டமன்ற உறுப்பினராக இருந்த, 'திராவிடப் பார்லிமெண்டரிக் கட்சி'யைச் சேர்ந்த துறையூர் பி.ரங்கசாமி (ரெட்டியார்) அதற்கான தீர்மானம்

ஒன்றைச் சட்டமன்றத் தில் கொண்டுவந்தார். ராஜாஜியும் அதனை மறுக்காமல் விவாதத்திற்கு அனுமதித்தார். தனக்கும் அதில் மறுப்பில்லை என்றார். 'என்றாலும், இதுவரை நடந்துள்ள திருமணங்களைக் கணக்கில் கொள்ள முடியாது' என்றும், 'இனி வரும் காலங்களில் நடைபெறும் திருமணங்களுக்கு மட்டுமே பொருந்துமாறு சட்டத் திருத்தம் கொண்டுவரலாம்' என்றும் தன் கருத்தை வெளியிட்டார்.

'ஒருவகையில் ராஜாஜியின் நிலைப்பாடு சுயமரியாதை இயக்கத்திற்கு ஏற்புடையதாக இருப்பினும், இதற்கு முன் நடந்த திருமணங்களையும் ஏற்றுக் கொள்ளும் வகையிலேயே சட்டம் திருத்தப்பட வேண்டும்' என்றார் பெரியார். விவாதங்கள் நடை

பெற்றுக் கொண்டிருந்த வேளையிலேயே, குலக்கல்வித் திட்டத்திற்கு நாடெங்கும் ஏற்பட்ட எதிர்ப்புக் காரணமாக ராஜாஜி பதவி விலகினார்.

1956ஆம் ஆண்டு திருச்சியில் நடைபெற்ற தி.மு.க.வின் திருப்புமுனை மாநாட்டில், திருமணச் சட்டத் திருத்தம் குறித்து ஒரு தீர்மானம் நிறைவேற்றப்பட்டது. அதன் அடிப்படையில், 1957, 1962, 1967 ஆகிய தேர்தல்களின் போது தி.மு.க. வெளியிட்ட தேர்தல் அறிக்கைகள் அனைத்திலும் சுயமரியாதைத் திருமணங்கள் சட்டப்படி ஏற்கப்பட வேண்டும் என்ற கோரிக்கை இடம் பெற்றது. தேர்தல் அறிக்கையோடு நின்றுவிடாமல், 1957இல் சட்டமன்றத்திற்குச் சென்ற தி.மு.க. உறுப்பினர்கள் அதற்காகக் குரல் கொடுத்தனர்.

1957-62 காலகட்டத்தில் களம்பூர் அண்ணாமலை என்னும் உறுப்பினரும், 1962-67 காலகட்டத்தில் உறுப்பினர் செ. மாதவனும் தீர்மானத்தை முன்மொழிந்து பேசினர். ஆளும் கட்சியாக இருந்த காங்கிரஸ் அன்று அதனை ஏற்கவில்லை. குறிப்பாக, அன்றைய சட்ட அமைச்சர் ஆர். வெங்கட்ராமன் அத்தீர்மானத்தை எதிர்த்துக் கடுமையாகச் சட்டமன்றத்தில் உரையாற்றினார். இறுதியில் தீர்மானம் தோல்வி அடைந்தது.

அந்த நல்ல வாய்ப்பை அண்ணாவிற்குத் தர வேண்டும் என்று கருதிக் காலம் காத்திருந்தது போலும்! சில வரலாற்றுப் பெருமைகள் சிலரைச் சென்றடைவதற்காகச் சில காலம் காத்திருக்கத்தானே வேண்டியுள்ளது!

1967இல், அறிஞர் அண்ணா தலைமையில் தி.மு.கழகம் தமிழ்நாட்டின் ஆட்சிப் பொறுப்பை ஏற்றது. அந்த ஆண்டின் இறுதியிலேயே அத்தீர்மானம் கொண்டுவரப்பட்டு, தமிழகச் சட்டமன்றத்திலும், சட்டமன்ற மேலவையிலும் ஒருமனதாக நிறைவேற்றப்பட்டது. சுதந்திராக் கட்சி உறுப்பினர் ஹண்டே மட்டும் சிறு எதிர்ப்பை வெளிப்படுத்தினார். என்றாலும் எதிர்ப்பைப் பதிவு செய்யவில்லை. 1968 தொடக்கத்தில் குடியரசுத் தலைவரின் ஒப்புதல் கையொப்பம் இடப்பட்டது. 'இனிமேல் நடக்கவிருக்கும் சுயமரியாதைத் திருமணங்கள் மட்டுமின்றி, இதற்கு முன் நடைபெற்றுள்ள அனைத்துச் சுயமரியாதைத் திருமணங்களும் சட்டப்படி ஏற்புடையன' (with retrospective effect) என்னும் தீர்மானம் 20.01.1968 முதல் சட்டமாகியது.

பல நூற்றாண்டுகளாக இருந்த இழிவை இச்சட்டம் நீக்கியது. இது தமிழ்ச் சமூகப் பண்பாட்டு வரலாற்றிற்குச் சுயமரியாதை இயக்கம் கொடுத்த கொடை!

23

தங்கும் அறையில் எச்சில் இலைகள்!

சுயமரியாதை இயக்கத்திற்கு மக்களிடம், குறிப்பாக இளைஞர்களிடம் பெரும் வரவேற்பு கிடைக்கத் தொடங்கியது. கல்லூரிப் படிப்பை முடித்த அண்ணா போன்ற இளைஞர்கள் இயக்கத்தையும், பெரியாரையும் நாடி வந்தனர். வைதீக, சனாதன மரபில் ஊறியவர்களுக்கு அந்த நிலை அச்சத்தை ஏற்படுத்தியது.

பெரியாரின் புகழைக் கெடுக்க வேறு வழிகள் குறித்து அவர்கள் எண்ணத் தொடங்கினர். அப்போது இந்திய விடுதலைப் போராட்டம் கொழுந்து விட்டு எரிந்து கொண்டிருந்தது. ஆங்கிலேயர் எதிர்ப்பும், காங்கிரஸ் கட்சிக்கான ஆதரவும் பெருகிக் கொண்டிருந்தன. பெரியாரோ காங்கிரசை விட்டு வெளியேறியிருந்தார். எனவே அவர் விடுதலைப் போராட்டத் திற்கு எதிரானவர் என்பது போல ஒரு தோற்றத்தை ஏற்படுத்த முயன்றனர்.

அப்போது காங்கிரஸ் கட்சி எப்படியிருந்தது என்பதையும் நாம் பார்க்க வேண்டும். திலகர் காலம் தொடங்கி, அரசியல் விடுதலைக் களத்தில் முற்போக்குப் பாத்திரத்தையும், சமூக விடுதலைக் களத்தில் பிற்போக்குப் பாத்திரத்தையும் காங்கிரஸ் வகித்தது. காந்தியார் காலத்திலும் அது தொடரவே செய்தது.

1885இல், காங்கிரஸ் கட்சி உருவாக்கப்பட்ட நாள் முதலே, கட்சித் தலைமையில் பார்ப்பனர்களின் ஆதிக்கம் கூடுதலாக இருந்தது. அது படிப்படியாக வளர்ந்ததே அல்லாமல் குறைந்திடவில்லை. அது குறித்து, எஸ்.வி.ஆர்., வ.கீதா, எம்.எஸ்.எஸ்.பாண்டியன் ஆகியோர் தங்களின் நூல்களில் விரிவாகக் குறித்துள்ளனர். வேறுசில ஆங்கில நூல்களிலிருந்தும் மேற்கோள்களாகப் பல செய்திகளை எடுத்துக் காட்டியுள்ளனர். அவற்றில் சிலவற்றை இங்கு நாம் நோக்கும்போதுதான், காங்கிரசின் அன்றைய நிலையையும், பெரியார் தொடங்கிய சுயமரியாதை இயக்கத்தின் அரசியல் நிலைப்பாட்டினையும் நம்மால் புரிந்துகொள்ள முடியும்.

கே.சுப்பாராவ் என்னும் ஆந்திரப் பார்ப்பனர் எழுதியுள்ள 'புதுப்பிக்கப்பட்ட நினைவுகள்' (Revived Memories) என்னும் நூல்

கல்கத்தாவில் நடந்த அனைத்திந்திய காங்கிரஸ் மாநாட்டில் கலந்துகொள்ள தென்னிந்திய பார்ப்பனப் பிரதிநிதிகள் சென்னையிலிருந்து மேற்கொண்ட ஐந்து நாள் கப்பல் பயணம் பற்றிய சுவையான தகவல்களைத் தருகிறது.

அந்த ஐந்துநாள் பயணத்தின்போது, அந்தப் பார்ப்பனர்களுக்கான உணவை நடுப்பகலிலும், மாலையிலும் குறிப்பிட்ட மங்கல நேரத்தில் சமைத்துக் கொடுப்பதற்கான சிறப்பு ஏற்பாடுகளை அந்தக் கப்பல் நிறுவனத்திடமிருந்து பெற்றுக் கொண்டனர். அந்த உணவைச் சமைப்பதற்கு ஒரு பார்ப்பனச் சமையல்காரனே அமர்த்தப்பட்டான். அதே கப்பலில் பயணம் செய்த பார்ப்பனர் அல்லாதோரின் பார்வை பட்டு அந்தப் பார்ப்பனர்களுக்கும், அவர்கள் உட்கொள்ளும் உணவுக்கும் தோஷம் வந்துவிடக் கூடாது என்பதற்காக அந்தப் பார்ப்பனர்கள் தங்கியிருந்த அறைகளிலேயே உணவு பரிமாறப்பட்டது.

எஸ்.வி.ஆர்-கீதா ஆகியோர் தங்கள் நூலில் தந்துள்ள மேற்காணும் மேற்கோளை விட, மிகக்கொடுமையான இன்னொரு நிகழ்வு, 'ரிவோல்ட்' இதழில் வந்துள்ளது. ஆர்.எஸ். என்னும் பார்ப்பனர் அல்லாதோர் ஒருவர் 'சண்டே டைம்ஸ்' என்னும் ஆங்கில ஏட்டில் எழுதியதைப் பெரியாரின் 'ரிவோல்ட்' ஏடு மறுவெளியீடு செய்திருந்தது. அதனையும் பார்க்கலாம்.

"காங்கிரஸ் பிரதிநிதியாக நான் லக்னோவுக்குச் சென்றேன். அங்கு உணவு பரிமாறப் படுவதற்காக ஒரே மண்டபம் இரண்டு தனித்தனிப் பகுதிகளாகப் பிரிக்கப்பட்டிருந்தது. முதலில் எனது பார்ப்பன நண்பர்கள் சாப்பிட்டுவிட்டு வந்தனர். அதன் பின்னர்தான் எங்கள் முறை வந்தது. அதாவது மிச்சம் மீதி இருந்ததைத்தான் நாங்கள் சாப்பிட வேண்டியிருந்தது. இரண்டாவது நாள் இன்னும் மோசமான அனுபவம் ஏற்பட்டது. பார்ப்பனர்கள் உணவு சாப்பிட்ட இலைகள் எங்கள் அறையில் குவிக்கப்பட்டிருந்தன. அவற்றிலிருந்து நாற்றம் எழுந்து கொண்டிருந்ததுடன், அவற்றிலிருந்த திரவம் தரை முழுவதிலும் பரவி இருந்தது. சகிக்க முடியாத அந்த அசுத்தமான சூழலில்தான் நாங்கள் சாப்பிட வேண்டியதாயிற்று..."

இதுதான் அன்றைய காங்கிரசின் நிலை!

24

வெள்ளையருக்கு வால் பிடித்தவர்கள் யார்?

காங்கிரஸ் கட்சியில் ஆதிக்கம் செலுத்திய, சென்ற பகுதியில் நாம் பார்த்தவைகளைப் போன்ற நிகழ்வுகளைத்தான் பெரியாரும், சுயமரியாதை இயக்கமும் எதிர்த்தார்களே அல்லாமல், இந்திய விடுதலையை எதிர்க்கவில்லை. உண்மையில் இந்திய விடுதலைப் போராட்டத்தில் பெரியார் தன் மனைவி, தங்கையுடன் ஈடுபட்டவர். காங்கிரசை விட்டு வெளியில் வந்தபின்னும் கூடச் சில ஆண்டுகள் காந்தியாரை ஆதரிக்கவே செய்தவர். 1930களில் கூட, "வெள்ளைக்காரன் நாளைக்கு இந்த நாட்டை விட்டுப் போக வேண்டும் என்று நீ சொன்னால், இன்றைக்கே போக வேண்டும் என்று சொல்கிறவர்கள் நாங்கள்" என்று எழுதினர்.

ஆனால் இந்த உண்மைகளை எல்லாம் முற்றிலுமாக மறைத்துவிட்டு, நீதிக்கட்சி, சுயமரியாதை இயக்கம் எல்லாம் ஆங்கிலேயருக்கு வால் பிடித்த இயக்கங்கள் என்பது போன்ற

உண்மைக்கு மாறான அவதூறுகள் திட்டமிட்டுப் பரப்பப்பட்டன. சைமன் கமிஷனை ஆதரித்தனர், ஒத்துழையாமை இயக்கத்தை எதிர்த்தனர் என்பன போன்ற குற்றச்சாற்றுகள் கூறப்பட்டன. அவை உண்மைதான். ஆனால் அவற்றிற்கு மிக நியாயமான காரணங்கள் உள்ளன. அந்தச் செயல்கள் வெள்ளையர்களுக்குத் துணை போவதற்காகச் செய்யப்பட்டவை அல்ல. அவை குறித்த விளக்கங்களைச் சற்று விரிவாகப் பார்க்க வேண்டியுள்ளது. 1920இல், மாண்டேகு செம்ஸ்போர்ட் சீர்திருத்தங்கள் நடைமுறைக்கு வந்தபின், இன்னும் 10 ஆண்டுகளுக்குப் பின் இவை குறித்து ஆராய ஒரு குழு அமைக்கப்படும் எனக் கூறப்பட்டிருந்தது. அதன்படி, 1927 நவம்பரில், சர் ஜான் சைமன் என்பவர் தலைமையில், பிரித்தானிய நாடாளுமன்ற உறுப்பினர்கள் எழுவரைக் கொண்ட குழு ஒன்று அமைக்கப்பட்டது. பிற்காலத்தில் இங்கிலாந்தின் பிரதமராகப் பொறுப்பேற்ற அட்லீயும் அந்த எழுவரில் ஒருவர். அந்தக் குழு, இந்திய நிலைமைகளை ஆராய்வதற்காக, 1928 பிப்ரவரி 3 ஆம் நாள் இந்தியா வந்தடைந்தது.

அந்தக் குழுவைக் காந்தியாரும், காங்கிரசும் மிகக்கடுமையாக எதிர்த்தனர். "சைமன் குழுவே திரும்பிப் போ" என்னும் முழக்கம் இந்தியாவெங்கும் எழுந்தது. சைமன் குழுவை எதிர்ப்பதுதான் தேச பக்தியின் அடையாளம் என்கிற அளவுக்கு நிலை அன்று ஏற்பட்டது. அந்தக் குழுவில் உள்ள எழுவரில் ஒருவர் கூட இந்தியர் இல்லை என்பதே எதிர்ப்பிற்கான முதன்மையான காரணம். அந்த எதிர்ப்பு நியாயம் என்றே மக்களும் கூடக் கருதினர். ஆனால் அந்த எதிர்ப்பு முட்டாள்தனமானது என்றார் பெரியார். சைமன் குழு எதிர்ப்பை மறுத்து, அக்குழுவின் முன்னால் தனது அமைப்பின் கருத்தை வெளியிட்ட இன்னொரு தலைவர் அண்ணல் அம்பேத்கர்.

சைமன் குழுவை ஏன் எதிர்க்க வேண்டியதில்லை என்பது குறித்துப் பெரியார் விளக்கமாகப் பல கட்டுரைகளை எழுதியுள்ளார். "பிரிட்டிஷாரின் ஏகபோக ஆதிக்கத்தை ஏற்றுக்கொண்டு, அவர்கள் அமைக்கும் கமிஷனை மட்டும் எதிர்ப்பதென்பது கொஞ்சமாவது அர்த்தம் உடையதாக இல்லை" என்றார் பெரியார். "இந்தப் பார்ப்பன அரசியல் தந்திரத்தைப் பின்பற்றுவதும், அவர்களது இயக்கங்களை நாம் பின்பற்றுவதும், பார்ப்பனர் அல்லாத சமூகத்தின் தற்கொலையே ஆகும்" என்று தெளிவுபட கூறினார்.

இந்தக் கூற்றில் ஒரு மிகப்பெரிய உண்மை உள்ளது. காங்கிரஸ் தொடங்கப்பட்ட காலத்திலிருந்து 1930 வரையில் எப்போதும், எந்த ஒரு மாநாட்டிலும் காங்கிரஸ் கட்சி இந்திய விடுதலையைக் கோரவில்லை. விக்டோரியா மகாராணியையும் ஆங்கில

அரசையும் பாராட்டிப் பல தீர்மானங்கள் காங்கிரஸ் மாநாடுகளில் நிறைவேற்றப் பட்டுள்ளன. பிரித்தானிய ஆட்சிக்கு உட்பட்ட சுயாட்சி என்பது தான் காங்கிரசின் ஆகப் பெரிய கோரிக்கையாக இருந்தது. அவர்கள் நாட்டை ஆள்வதை ஏற்றுக் கொண்ட இந்த நிலையில், அவர்கள் ஒரு குழுவை அனுப்புவதில் என்ன பெரிய ஏமாற்றம் இருக்க முடியும் என்பதோடு, பத்து ஆண்டுகளுக்கு முன்பே அவர்கள் இப்படிக் குறிப்பிட்டபோது, 'ஏன் காங்கிரஸ் கட்சியும் அதில் உள்ள முக்கியப் பார்ப்பனர்களும் இது குறித்து எதிர்ப்புத் தெரிவிக்கவில்லை' என்று கேட்டார் பெரியார்.

காங்கிரஸ் ஆர்ப்பாட்டம்

சைமன் கமிஷன்

சைமன் குழுவினருடன் அம்பேத்கர்

அந்தக் குழுவில் இந்தியர் ஒருவராவது இருக்க வேண்டும் என்ற கோரிக்கை நியாயம்தானே என்று கேட்டபோது, அதிலும் பெரிய நியாயம் எதுவுமில்லை என்பதைத் தக்க சான்றுகளோடு அவர் விளக்கினார். ரௌலட் குழுவில் (Rowlett commission) முக்கிய இடத்தில் ஓர் இந்தியர் இருந்தும், அதன் விளைவுகள் என்ன ஆயின என்றும் கேட்டார். அதை படிக்கும்போதுதான், அக்குழுவில் ஓர் இந்தியரும் இருந்த செய்தியே இன்று பலருக்கும் தெரிய வரும்!

25

ரௌலட்-சாஸ்திரி சட்டம்

பிரித்தானிய அரசினால் 1918ஆம் ஆண்டு நியமிக்கப்பட்ட நீதிபதி ரௌலட் தலைமையிலான குழு அளித்த வரைவறிக்கையினை ஏற்றுக்கொண்டு உருவாக்கப்பட்ட சட்டமே ரௌலட் சட்டம் என்று வழங்கப்படுகிறது. 'இந்திய அரசியல் பயங்கரவாதம்' உருவாகி வருவதாக எண்ணிய ஆங்கில அரசு, அதனைத் தடுப்பதற்காகவே அச்சட்டத்தைக் கொண்டுவருவதாகக் கூறியது. ஜெர்மானிய அரசு மற்றும் ரஷ்ய போல்ஷ்விக்குகள் இந்தியாவிற்குள் பயங்கரவாதம் பரவுவதற்கு முயற்சிகள் செய்வதாகவும் -குறிப்பாக, வங்கம், பஞ்சாப் ஆகிய மாநிலங்களில் அவர்கள் ஊடுருவி இருக்கக்கூடும் என்றும் கருதிய பிரிட்டிஷ் அரசு அச்சட்டத்தைக் கொண்டுவந்தது.

நீதிபதி சிட்னி ரௌலட் குழுவில் அவர் உட்பட அறுவர் இருந்தனர். அவர்களுள் முதன்மையானவர், இந்தியரான திவான்

ஜாலியன் வாலாபாக் படுகொலை

பகதூர் சி.வி.குமாரசாமி சாஸ்திரி. அவரே அந்தச் சட்டத்தின் வரைவை முதலில் எழுதியவர். அது ஒரு கறுப்புச் சட்டம் என்றும், ஜனநாயக விரோத சட்டம் என்றும் காங்கிரஸ் அதனை வருணித்தது. ஆனால் விடுதலை பெற்றபின் இயற்றப்பட்ட பல சட்டங்கள் ரௌலட் சட்டத்தின் மறுபதிப்புகளாகவே இருந்தன - அண்மைக்கால தடா, பொடா வரையில்.

நீதிபதி சி.வி. குமாரசாமி சாஸ்திரியின் சகோதரி சீத்தம்மாளைத்தான் சர் சி.பி.ராமசாமி ஐயர் திருமணம் செய்து கொண்டார். இருவரும் மைத்துனர்கள். சி.பி.ஆர். 1917 ஆம் ஆண்டில் இந்திய தேசியக் காங்கிரஸ் கட்சியின் செயலாளர். பிறகு அரசு சார்ந்த சட்டத்துறைப் பொறுப்புகளிலும், திருவிதாங்கூர் சமஸ்தானத்தில் திவானாகவும் இருந்தவர். அவருடைய பரிந்துரையில்தான் சி.வி.குமாரசாமி ரௌலட் குழு உறுப்பினராகிறார்.

ரௌலட் சட்டத்திற்கு நாடெங்கும் எதிர்ப்பு கிளம்புகிறது.

குறிப்பாக பஞ்சாப், அமிர்தசரசில் உள்ள ஜாலியன் வாலா பாக் என்னும் பூங்காவில் மிகப் பெரிய துயர நிகழ்வு ஒன்று நடைபெறுகிறது. அச்சட்டத்தை எதிர்த்து அங்கு கூடிய மக்களின் மீது, வாயில் கதவை அடைத்துவிட்டு, ரெஜினால்ட் டயர் என்னும் காவல்துறை அதிகாரி, 1650 முறை துப்பாக்கியால் சுட ஆணையிடுகிறான். ஆயிரத்துக்கும் மேற்பட்டோர் கொல்லப்படுகின்றனர். அரசாங்கத்தின் கணக்குப்படியே, 379 பேர் கொல்லப்பட்டதாகவும், 1170 பேர் காயப்பட்டதாகவும் கூறப்பட்டது.

அவ்வளவு பெரிய துயர நிகழ்வைக் காங்கிரஸ் அடுத்து வந்த மாநாட்டில் கண்டிக்கவில்லை. மக்கள் கற்களைக் கொண்டு காவல்துறையைத் தாக்கியிருக்கக் கூடாது என்று 'நியாயம்' பேசியது. மக்கள் எதிர்ப்பு மிகுதியாக இருப்பதைக் கண்டதும், சாஸ்திரியின் பெயர் மொத்தமாக மறைக்கப்பட்டு, அது வெறும் ரௌலட் சட்டமாகப் பாடப் புத்தகங்களில் இன்று இடம் பெற்றுவிட்டது.

இதனைத்தான், சைமன் குழுப் புறக்கணிப்பின் போது பெரியார் கேட்கிறார். "அன்று அந்தக் குழுவில் இந்தியர் ஒருவர் உறுப்பினராகத்தானே இருந்தார், என்ன ஆயிற்று?" என்று கேட்கிறார். "இப்போதும் இந்தியர் ஒருவர் இடம்பெற்றிருந்தால் அவர் யாராக இருந்திருப்பார் என்பது அனைவருக்கும் தெரிந்தது தானே" என்கிறார். "கமிஷனில் இடம்பெறக் கூடியவர்கள் ஏக போக உரிமையாளர்களான பாப்பனர்களாகவே இருந்துவிடக் கூடும் என்கிறதை நினைக்கும்போது, அக்கமிஷனில் இந்தியர்களை நியமிக்காதது ஒரு பாக்கியம் என்றே சொல்ல வேண்டும்" என்று மிகத்துணிச்சலாகத் தன் கருத்தை அவர் வெளியிட்டுள்ளார்.

அன்றைக்குப் பஞ்சாபில் நடைபெற்ற கொலை மற்றும் சித்திர வதைகளைக் கண்டிக்காமல், மக்களைக் குறை கூறிய பார்ப்பனர்கள், பெசன்ட் அம்மை போன்றவர்கள் இன்று 'இந்தியர் ஒருவர் இடம் பெறாததால் சுயமரியாதை போய்விட்டது என்பது கேலிக்கூத்தல்லவா' என்பது பெரியாரின் வாதம். வெள்ளையர்களின் சட்டசபைகளை ஏற்றுக்கொண்டு, நீதிமன்றத்திற்குப் போய் 'மை லார்டு' என்று சொல்லிக்கொண்டு, வெளியில் சுயமரியாதை பேசும் சுயராஜ்யக் கட்சியினர் போன்றவர்களைச் சற்றுக் கடுமையாகவே பெரியார் விமர்சிக்கிறார். "எதிரிகளுக்கு உளவாய் இருந்து கூலி வாங்கின இந்தத் துரோகிகள், வஞ்சகர்கள், காட்டிக் கொடுப்பவர்கள், அயோக்கியர்கள் இப்போது தங்களுக்குத் திடீரென்று சுயமரியாதை ஞானம் வந்துவிட்டதென்று சொன்னால், கடுகளவு மூளை உள்ளவனாவது இவற்றை நம்ப முடியுமா என்றுதான் கேட்கின்றோம்" என்று சொற்களால் அடித்துத் துவைக்கின்றார் அவர்.

26

அரசியல் விடுதலை -யாருக்காக?

காங்கிரஸ் கட்சியின் சைமன் கமிஷன் எதிர்ப்பு போலித் தனமானது என்று பெரியார் கருதியதைப் போலவே அம்பேத் கரும் எண்ணினார். எனவே ஒடுக்கப்பட்ட மக்கள் இயக்கத்தின் சார்பில் சைமன் கமிஷன் முன்னிலையில் தன் கருத்துகளை எடுத்துரைக்க வேண்டும் என்று விரும்பினார். அவ்வாறே 1928 மே மாதம் 29 ஆம் நாள், மும்பை, தாமோதர் அரங்கில், சைமன் குழுவைச் சந்தித்து, ஒடுக்கப்பட்ட மக்களுக்கான நியாயத்தை அவர் கோரினார். அவருடைய கோரிக்கையில் அட்டவணைச் சாதியினருக்கான கல்வித் தேவைகள் முதலிடம் பெற்றிருந்தன.

உடனே அம்பேத்கருக்கும், பெரியாருக்கும் 'தேசபக்தர்கள்' சிலர் 'தேசவிரோதிகள்' பட்டத்தை வழங்கினர். அது குறித்து இருவருமே கவலை கொள்கின்றவர்கள் இல்லை. அவர்களுக் கெல்லாம் முன்னோடியான ஜோதி ராவ் புலேவுக்கே அந்தப்

பட்டம் அளிக்கப்பட்டது என்பதை அவர்கள் அறியாதவர்களா என்ன?

அடுத்த ஆண்டு நடைபெற்ற உப்புச் சத்தியாகிரகத்திலும் சுயமரியாதை இயக்கம் கலந்து கொள்ளவில்லை. அதில் தனக்கும், தங்கள் இயக்கத்திற்கும் உடன்பாடில்லை என்றும் பெரியார் அறிவித்தார். "முதலில் சத்தியம் போன்ற சொல்லே தெளிவற்றது" என்று அவர் கூறினார். "ஒருவருக்குச் சத்தியம் என்று படுவது, இன்னொருவருக்கு அசத்தியம் ஆகிவிடலாம் இல்லையா" என்றார்.

"மாட்டை அறுத்து அதன் மாமிசம் சாப்பிடுவது சத்தியமான தாகவும், நியாயமானதாகவும் மவ்லானா சவுகத் அலிக்குத் தோன்றலாம். அதைத் தடுக்க வேண்டியது சத்தியமாகவும், அதற்காக சத்தியாகிரகம் செய்ய வேண்டியது நியாயமாகவும் திரு காந்திக்குத் தோன்றலாம். இருவரும் கடவுள் பக்தர்கள், மத பக்தர்கள். இருவரும் சத்தியத்தில் நம்பிக்கை வைத்தே இந்தப்படி முடிவு காண்கிறார்கள். இதில் எது சத்தியம், எது அசத்தியம்?" என்று கேட்டார் பெரியார்.

"எல்லா சாதியினருக்கும் ஒரே மாதிரி சத்தியம் இங்கு உண்டா" என்றும் அவர் கேள்வி எழுப்பினார். "மற்றொருவன் சமைத்ததைச் சாப்பிடுவது பாவம் என்றும், மற்றொருவன் தொட்ட தண்ணீரைக் குடிப்பது தோஷம் என்றும்.....பண்டித மாளவியா போன்ற 'உத்தம பிராமணர்களுக்குத்' தோன்றலாம். ஆனால் இந்தப்படி நினைப்பதே மகா அக்கிரமம் என்றும், ஜாதி ஆணவம் என்றும், அறிவீனம் என்றும், சுயநலம் என்றும், அந்த வழக்கத்தை ஒழித்தாலொழிய நாடு ஒற்றுமையும், சமத்துவமும், முன்னேற்றமும் அடையாதென்றும், அதை ஒழிக்கச் சத்தியா கிரகம் பண்ணவேண்டும் என்றும் சமூகச் சீர்திருத்தக்காரர் களுக்குத் தோன்றலாம்" என்றும் தன் நிலைப்பாட்டைப் பெரியார் விளக்குவார்.

இந்த அடிப்படையில்தான் நாடு முழுவதும் மிகப் பெரிய ஆதரவுடன் நடைபெற்ற உப்புச் சத்தியாகிரகத்தையும் அவர் எதிர்த்தார். 'எங்கள் உப்பை நாங்கள் பெறுவதற்கு வெள்ளையருக்கு ஏன் வரி கொடுக்க வேண்டும்' என்ற வினாவுடன் உப்புச் சத்தியாகிரகம் தொடங்கப்பட்டது. காந்தியாரின் சபர்மதி ஆசிரமத்திலிருந்து 240 மைல் தொலைவிலிருந்த 'தண்டி'யில் உப்பு எடுப்பதென்பதும், வெள்ளையரின் தடையை மீறுவதென்பதும், அப்போராட்டத்தின் அடிப்படை நோக்கம்.

1930 மார்ச் 12 ஆம் நாள் 79 தொண்டர்கள் பின்தொடரத் 'தண்டி யாத்திரை'யைக் காந்தியார் தொடங்கினார். தமிழ்நாட்

உப்பு சத்தியாகிரகத்தில் காந்தி

டில், ராஜாஜி தலைமையில், வேதாரண்யம் நோக்கி யாத்திரை தொடங்கியது. வேதபாராயணம் முழங்க ராஜாஜி தன் யாத்திரையைத் தொடங்கியபோது, "இது இந்தியாவிற்கான யாத்திரையா, இந்துக்களுக்கான யாத்திரையா" என்று பெரியார் கேட்டார்.

"உப்பு வாழ்க்கைக்குத் தேவைதான். ஆனால் அதனைவிடத் தண்ணீர் மிக மிகப்பெரிய தேவையில்லையா? அந்தத் தண்ணீர் கூட இங்கு அனைவருக்கும் பொதுவாக இல்லையே ஏன்?" என்பது அவருடைய கேள்வி. "ஜீவாதாரமான தண்ணீரைக் கிணற்றிலிருந்து மொள்ள வொட்டாமல், சாதியின் பேரால் தடுக்கப்பட்டு எத்தனையோ லட்சம் மக்கள் இந்த ஜில்லாவில் வாட்டமுற்று, குட்டைகளிலும், பள்ளிகளிலும் தேங்கி கிடக்கும் அசுத்த நீரைக் குடித்து நோய்வாய்ப்பட்டு வருந்துகின்றனரே, அவர்களுக்கு என்ன செய்தீர்கள்?"

இவைதான் பெரியார் முன்வைத்த வினாக்கள். சமூக விடுதலை பற்றிக் கவலைப்படாதவர்கள் அல்லது சமூக அநீதியை ஏற்றுக்கொள்பவர்கள் பெற விரும்பும் அரசியல் விடுதலை யாருக்குப் பயன்படும் என்ற ஆழ்ந்த கவலையின் வெளிப்பாடே அவரது எழுத்துகளாக வெளிப்பட்டன.

27

தேர்தல் களத்தில் பெரியார்

காங்கிரசை விட்டு விலகிய பின்னர், சுயமரியாதை இயக்கம், நீதிக் கட்சி, திராவிடர் கழகம் ஆகிய மூன்று இயக்கங்களிலும் அவர் பணியாற்றியுள்ளார். ஆனால் எந்த இயக்கத்தின் சார்பாகவும் அவர் தேர்தலில் நிற்கவில்லை என்பதும், எந்த ஒரு தேர்தலையும் புறக்கணிக்கவில்லை என்பதும் குறிக்கத் தக்கன. சுயமரியாதை இயக்கம் தொடங்கிய நாள்களிலேயே அவர் நீதிக் கட்சியை ஆதரித்துத் தேர்தலில் பரப்புரை செய்தார். 1926 தேர்தலில் நேரடியாக நீதிக்கட்சி வேட்பாளர்களை ஆதரித்தார். அதற்கு இரண்டு காரணங்களைப் பெரியார் கூறினார். 'வகுப்பு வாரிப் பிரதிநிதித்துவ முறை ஏற்பட வேண்டும் என்பதற்காகவே நீதிக்கட்சி தோன்றியது என்பதால் அதனை ஆதரிப்பதே சரி' என்றார். அடுத்ததாக, 'ஜஸ்டிஸ் ஆட்சிக் காலத்திலேதான் பள்ளிக்கூடங்கள் மிகுதியாகத் தோன்றின என்பதோடு, கட்டாயக்

கல்விக்கும் வழிவகை செய்யப்பட்டது என்பதால் அதனை ஆதரித்துப் பிரச்சாரம் செய்வதுதானே முறை' என்று கேட்டார்.

எப்போதுமே சுயமரியாதை இயக்கம் மற்றும் பெரியாரின் உயிர்க் கொள்கைகளாக இருந்தவை வகுப்புவாரி இட ஒதுக்கீடும், பார்ப்பனர் அல்லாத பிள்ளைகளின் கல்வி முன்னேற்றமும்தான். தன் இறுதிநாள் வரை அக்கொள்கைகளிலும், பெண் விடுதலையிலும் அவர் மிக உறுதியாக இருந்தார். அரசியல் கட்சிகளை ஆதரிப்பதில் அவர் வேறு வேறு நிலை எடுத்தமைக்குக் கூட, அவருடைய இந்த நிலைப்பாடுதான் காரணம்.

அதற்கு ஒரு சிறந்த எடுத்துக்காட்டை நாம் காணலாம். 1967இல் தி.மு.கழகம் வெற்றிபெற்று ஆட்சி அமைப்பதற்கு முன்னர், அறிஞர் அண்ணா, கலைஞர், நாவலர், அன்பில் ஆகியோர் திருச்சி சென்று ஐயாவைச் சந்தித்து வாழ்த்துகளைப் பெற்றனர். பிறகு, சுய மரியாதைத் திருமணத்தை அண்ணா சட்டமாக்கினார். அதனால் பெரியார் தி.மு.க.அரசை ஆதரிக்கத் தொடங்கினார். அப்போது நாகர்கோயிலின் நாடாளுமன்ற உறுப்பினர் நேசமணி இறந்துவிட்டதால் இடைத்தேர்தல் வந்தது.

அதில் காமராஜர் போட்டியிட்டார். தி.மு.க. கூட்டணி சார்பாக சுதந்திராக் கட்சியின் மத்தியாஸ் தேர்தலில் நின்றார். அவரை ஆதரித்து வெற்றிபெறச் செய்ய வேண்டும் என்றும், காமராஜரைத் தோற்கடிக்க வேண்டும் என்றும் ராஜாஜி வேண்டுகோள் விடுத்தார்.

இடைத்தேர்தல் 1969 ஜனவரியில் நடைபெற்றது. அது அறிஞர் அண்ணா அவர்களின் இறுதிக்காலம். அண்ணாவின் மீது பெரியார் மிகுந்த அன்பு கொண்டிருந்தார். இருப்பினும் இடைத்தேர்தலில் அவர் காமராஜரை ஆதரித்தார். அத்தேர்தலில் காமராஜர் ஒரு இலட்சத்திற்கும் மேலான வாக்குகள் வேறுபாட்டில் வெற்றி பெற்றார். அதற்கு அவர் சொன்ன ஒரே காரணம், காமராஜர் பிள்ளைகளுக்குக் கல்வி கொடுத்தார் என்பதுதான். "சின்னப் பிள்ளைகள் பள்ளிக்கூடங்களுக்கு நெடுந்தொலைவு நடந்து செல்லும் காட்சி எனக்கு வேதனை அளிக்கிறது. பிஞ்சுக் கால்கள் அஞ்சு மைல்களுக்கு மேல் நடக்காத மாதிரி பள்ளிக்கூடங்கள் அருகில் இருக்க வேண்டும் என்று கேட்டுக் கொண்டேன். என் வேண்டுகோளை மக்கள் தலைவர் காமராஜரும், கல்வி அதிகாரி நெ.து.சுந்தர வடிவேலுவும் நிறைவேற்றித் தந்தார்கள். அவர்களுக்கு நான் என்றும் நன்றி உடையவனாக இருப்பேன்" என்றார்.

பெரியார் விரும்பியிருந்தால் காமராஜர், அண்ணா, கலைஞர், எம்.ஜி.ஆர். என யார் முதலமைச்சராக இருந்தபோதும், தனக்கான தேவைகளைக் கேட்டுப் பெற்றிருக்க முடியும். ஆனால் அவர் கேட்டுப் பெற்றதெல்லாம், பிள்ளைகளுக்கான பள்ளிக்கூடங்களைத்தான் என்பதை நன்றி உள்ளவர்கள் நெஞ்சில் நிறுத்திக் கொள்ள வேண்டும்.

அப்படித்தான், திருச்சி பேருந்து நிலையத்திற்கு அருகில் உள்ள பெரியார் சிலையின் கண்ணாடியை யாரோ உடைத்து விட்டார்கள் என்று, திருச்சி பெரியார் கல்லூரி மாணவர்கள் 1971இல், கல்லூரியை விட்டு வெளியேறி ஊர்வலம் நடத்தினர். பெரியார், அவர்களைக் கண்டித்து மீண்டும் கல்லூரிக்கு அனுப்பினார். "நீங்களெல்லாம் படிக்கவேண்டும் என்பதற்குத்தான் நான் காலமெல்லாம் பாடுபடுகிறேன். நீங்கள் என்னடாவென்றால், படிப்பை விட்டுவிட்டு என் சிலையின் கண்ணாடி உடைந்ததற்குக் கவலைப்படுகின்றீர்களே" என்று சொல்லி வருந்தினார்.

பார்ப்பனர் அல்லாதாரின் பிள்ளைகள் படித்து முன்னேறித் தங்களின் சாதி இழிவைத் துடைத்து மானமும், அறிவும் உடையவர்களாக விளங்கவேண்டும் என்பதே சுயமரியாதை இயக்கத்தின் அடிப்படை நோக்கம் என்ற தெளிவை அவர் ஏற்படுத்தினார்.

28

பார்ப்பனர் அல்லாதோர் ஆட்சி!

பார்ப்பனர் அல்லாத தமிழ்ச் சமூகத்தைக் கல்வியிலும், பிற துறைகளிலும் உயர்த்துவதற்கு நல்லாட்சி அமைய வேண்டும் என்று பெரியார் கருதினார். ஆயிரம் ஆண்டுகளாகக் கல்வி மறுக்கப்பட்ட சமூகம் கல்வியால்தான் மேம்பாடு அடைய முடியும் என்பது அவரின் கருத்தாக இருந்தது. அதே நேரத்தில் தானோ, தன் கட்சியோ நேரடியாக ஆட்சிக்கு வருவதில் அவருக்கு உடன்பாடில்லை.

அதனால்தான் ஆட்சியமைக்கத் தன்னைத் தேடி வந்த இரண்டு வாய்ப்புகளை அவர் வேண்டாமென்று மறுத்தார். சென்னைத் தலை மாகாண ஆளுநராக இருந்த ஆர்தர் ஜேம்ஸ் ஹோப் ஆட்சி அமைக்குமாறு பெரியாரை நேரடியாகவே அழைத்தார். பெரியார் மறுத்துவிட்டார். ராஜாஜியே ஒரு முறை, "நீங்கள் ஆட்சிப் பொறுப்பை ஏற்றுக்கொள்ளுங்கள், நானும்

இன்னும் இரண்டு மூன்றுபேரும் அமைச்சர்களாக இருக்கிறோம்" என்று 1937இல் சொன்னபோதும் அதனை மறுத்துவிட்டார். பிறகுதான் ராஜாஜி அந்தப் பொறுப்பை ஏற்றார்.

இவ்வாறு தேடிவந்த வாய்ப்புகளை ஏன் மறுத்தேன் என்பதற்கு அவர் ஒளிவு மறைவின்றி விடை சொல்லியுள்ளார். ''மக்கள் யாராக இருந்தாலும், அரசியலில் சுயநலமற்று நேர்மையாக, நாணயமாக நடந்து கொள்வார்கள் என்பது இயற்கைக்கு விரோதமான காரியமாகும். மனித சுபாவத்தை வைத்தே இதனை நான் சொல்லுகிறேன்" என்று கூறும் பெரியார், இதனைச் சாதாரண மனிதர்களின் போக்கைக் கொண்டு முடிவுசெய்யவில்லை என்றும் அழுத்தம் திருத்தமாகக் கூறுகின்றார். "பெரிய பெரிய தலைவர்கள், 'மகான்கள்', 'மகாத் மாக்கள்' என்பவர்களை கணக்கில் வைத்துக்கொண்டுதான் இதனைச் சொல்லுகிறேன்" என்று விளக்கம் தருகிறார்.

அதேநேரத்தில், அரசு அதிகாரத்தின் மூலமே பார்ப்பனர் அல்லாத மக்களுக்குச் சில நன்மைகளைச் செய்ய முடியும் என்பதையும் அவர் ஏற்கிறார். அதனால்தான், நீதிக்கட்சி என்று அறியப்படும் தென் இந்திய நல உரிமைச் சங்கம் குறித்துப் பேசும்போது கூட, 'அரசியல் கலந்த நலச் சங்கம்', 'அரசியல் கலவாத நலச் சங்கம்' என இரண்டாகப் பிரிக்கப்படலாம் என்று தன் கருத்தை எடுத்துரைக்கின்றார். இங்கே அரசியல் என்று பெரியார் குறிப்பிடுவது, தேர்தலில் நிற்கும் அரசியல் என்ற பொருளில்தான் என்பதை நாமறிவோம். மற்றபடி அரசியல் கலக்காதது என்று எதுவும் இல்லை என்பதைப் பெரியார் நன்கு அறிந்தே இருந்தார்.

நீதிக்கட்சி அப்படி இரண்டு பிரிவுகளுக்குத் தயாராக இல்லாத நிலையில், தேர்தல் அரசியல் கலக்காத ஒரு பிரிவாகத் தன் அமைப்பையே மறைமுகமாக மாற்றிக் கொண்டார். அதனைப் புரிந்து கொண்ட நீதிக்கட்சித் தலைவர்கள் 1920களின் இறுதியில், நீதிக்கட்சியின் தலைமையை ஏற்கும்படி பெரியாரை வேண்டினர். ஆனால், "இருக்கட்டுங்க, பாக்கலாங்க" என்று கூறி அந்த வாய்ப்பைத் தள்ளி விட்டுவிட்டார். பிறகு 'திராவிடன்' ஆசிரியர் பொறுப்பை மட்டும் ஏற்றுக்கொண்டார். அதுவும், 'குடியரசு' இதழின் போக்கில்தான் திராவிடனையும் நடத்த முடியும் என்ற நிபந்தனையை அவர்கள் ஒப்புக்கொண்ட பின்னரே அதற்கு இசைந்தார்.

தான் ஆட்சிக்கு வர விரும்பாதபோதும், பார்ப்பனர் அல்லாதோர் ஆட்சியில் அமர வேண்டும் என்று விரும்பினார். ''நல்ல ஆட்சி, கெட்ட ஆட்சி என்பதைக் கூட அதிகம்

சிந்திக்காமல், பார்ப்பனர் ஆட்சி, பார்ப்பனர் அல்லாதோர் (தமிழர்) ஆட்சி என்கின்ற தத்துவத்தை அடிப்படையாக வைத்துத் தீவிரமாகக் கலந்துகொண்டு வந்திருக்கிறேன்" என்று தன்னுடைய நிலைப்பாட்டிற்கு அவரே விளக்கமும் தந்துள்ளார். "பதவி பெற்று ஆட்சி நடத்துகிற அரசாங்கம் ஒவ்வொன்றிலும் நான் சில கடமைகளை ஏற்று, ஆதரித்தும், எதிர்த்தும் வந்திருக்கின்றேன்" என்கிறார்.

'தன் ஆதரவு பெற்று அமையும் அரசிலும், பார்ப்பனர் அல்லாத மக்களுக்கான சில உரிமைகளைப் பெற்றுத்தர முயற்சி செய்துள்ளேனே அல்லாமல், எனக்காக என்று தனிப்பட்ட முறையில் எதனையும் கேட்டதில்லை' என்று தன் நிலையைக் கூறும் அவர், சுப்பராயன், முத்தையா (முதலியார்), பொப்பிலி அரசர் ஆகியோர் அமைச்சர்களாக இருந்தபோது, அவர்களை அணுகிச் சமூக மாற்றங்களுக்கு உதவுமாறு கேட்டதைக் குறிப்பிடுகின்றார்.

தன்னலமற்ற இந்தப் 'பெரியாரைத்தான்' இன்று சிலர் கூச்சமே இல்லாமல் தூற்றிப் பேசுகின்றனர்.

29

பகத்சிங்கைப் பாராட்டிய குடியரசு!

உப்புச் சத்தியாகிரகம் நாடெங்கும் மக்கள் ஆதரவுடன் வெற்றிகரமாகவே நடந்தது. எனினும், அதற்குப் பிறகு ஏற்பட்ட சமரசங்களும், பகத்சிங் மற்றும் அவரது தோழர்கள் தூக்கில் ஏற்றப்பட்டதும் மக்களுக்கு பெரும் ஏமாற்றத்தைத் தந்தன. காந்தியார் இந்திய அரசியலுக்கு வந்தபின் அப்போதுதான் முதன்முதலில் சில எதிர்ப்புகளையும் சந்தித்தார்.

ஆயுதமேந்திய புரட்சியாளர்களின் இந்திய விடுதலைக்கான போராட்டம் 1920களில் வேகம் பெற்றது. வெள்ளையர்களால் ஆசாத் கொலை செய்யப்பட்டது, சாண்டர்ஸ் என்னும் காவல்துறை அதிகாரியைப் பகத்சிங் கொன்றது, சட்டசபையில் குண்டு வீசியது போன்ற பல நிகழ்வுகள் அந்தக் காலகட்டத்தில் நடந்தன. அனைத்தையும் தாண்டி பகத்சிங், ராஜகுரு, சுகதேவ் ஆகிய மூவரும் தூக்கில் ஏற்றப்பட்ட நிகழ்ச்சி இந்திய அரசியலில்

பெரும் பரபரப்பை ஏற்படுத்தியது. 1929 வரை யார் என்றே அறியப்படாமல் இருந்த பகத்சிங் 1931இல் தூக்கில் ஏற்றப்பட்டபோது, நாடறிந்த நாயகன் ஆனார். அவர்களைத் தூக்கு மேடையில் இருந்து காந்தியாரால் காப்பாற்ற முடியும் என்று நேரு தொடங்கி, சாதாரண மக்கள் வரையில் அனைவரும் நம்பினர். அந்த நம்பிக்கை பொய்த்துப் போனது. அவர்களைக் காப்பாற்றும் முயற்சியில் காந்தியார் ஈடுபடவில்லை என்பதோடு மட்டுமல்லாமல், இர்வின் பிரபுவோடு சமாதான ஒப்பந்தமும் செய்து கொண்டார். அதனை மக்களின் ஒரு பகுதியினர் -

குறிப்பாக இளைஞர்கள் - கடுமையாக எதிர்த்தனர். சில இடங்களில் காந்தியாருக்கு இளைஞர்கள் சிலர் கறுப்புக் கொடி காட்டும் அளவிற்கு நிலைமை போயிற்று.

தமிழ்நாட்டைப் பொறுத்தமட்டில், பகத்சிங்கிற்கு ஆதரவு தெரிவித்து முதலில் தலையங்கம் எழுதிய ஏடு 'குடியரசு'தான்! 1931 மார்ச் 23 அன்று இரவு 7.33 மணிக்குப் பகத் சிங்கும் அவரது தோழர்களும் தூக்கில் ஏற்றப்பட்டனர். ஆறே நாள்களில் (29.03.1931) அது குறித்துச் சுயமரியாதை இயக்க ஏடான குடியரசு எழுதியது. இன்று இருப்பது போல் தொலைத் தொடர்பு ஏதும் இல்லாத அன்றைய சூழலில், அவ்வளவு விரைவாகச் செய்தி களைத் திரட்டித் தலையங்கம் எழுதிய செய்தி வியப்புக்குரியதே!

"திரு காந்தியவர்கள் (பகத் சிங்கைத் தூக்கில் ஏற்றிய) திரு இர்வின் அவர்களை மகாத்மா என்று கூறி, அந்தப்படியே அழைக் கும்படியாக, தேச மகா ஜனங்களுக்குக் கட்டளையிடுவதும், திரு இர்வின் பிரபு அவர்கள் திரு காந்தி அவர்களை ஒரு மகான் என்றும், தெய்வத்தன்மை பொருந்தியவர் என்றும், வெள்ளைக் காரர்கள் அறிய விளம்பரம் செய்வதுமான காரியங்கள் நடைபெறுகின்றன" என்று பெரியார் எழுதுகின்றார். மேலும், பகத்சிங்கிற்கு சமத்துவமும், பொதுவுடைமையும்தான் கொள்கைகள் என்று கருதுகிறோம் என்றும் அத்தலையங்கம் குறிப்பிடுகின்றது.

இவ்வாறு பகத்சிங்கைப் பற்றிச் சில செய்திகளை அறிந்து கொண்டு அது குறித்து எழுதிய குடியரசு இதழ், வெள்ளைக்காரர் களின் தவறான முடிவை நையாண்டியாகக் குறிப்பிடுகிறது. "நமது அரசாங்கத்தார், இனியும் இப்படிப்பட்ட உண்மையான எண்ணமுடையவர்களாகப் பார்த்து, மாகாணத்திற்கு நான்கு பேர் வீதமாவது தூக்கிலிட வேண்டுமென்று மனதார வேண்டு கிறோம்" என்ற குறிப்போடு அந்தத் தலையங்கம் முடிகிறது.

இவ்வாறு ஆங்கிலேயர்களின் செய்கையை எள்ளி நகையாடிய அதே வேளையில், காந்தியாரின் போக்கையும் பெரியார் வெளிப்படையாகக் கண்டிக்கிறார். காங்கிரசை விட்டுப் பிரிந்த பின்னரும், காந்தியாரின் சீடராகவே இருந்த பெரியார், நீதிக்கட்சித் தலைவர்களும் கதர் உடை உடுத்த வேண்டும் என்று கூறிய பெரியார், இந்த நிகழ்வுகளுக்குப் பிறகு காந்தியாரின் தாக்கத்திலிருந்து முற்றிலுமாக விலகி வந்து விடுகின்றார். 'காந்தி பகிஷ்காரம்' என்னும் அளவிற்கு அவருடைய கருத்து மாறுகின்றது.

30

சாதி ஏற்பும்,
தீண்டாமை எதிர்ப்பும்!

1933ஆம் ஆண்டு ஜூலை மாத குடியரசில், காந்தியார் பற்றிய நீண்ட விமர்சனம் ஒன்றைப் பெரியார் எழுதியுள்ளார். 'அரசியல் சர்வாதிகாரி'யாகவே அவர் மாறிவிட்டார் என்று பெரியார் குற்றம்சாட்டுகின்றார். அப்படி அவர் மாறியதற்கு அவருடைய சீடர்கள் மட்டுமின்றி, அவரும் கூட ஒரு காரணம் என்கிறார்.

'அவர் போட்டுக்கொண்ட மத வேஷமும், கடவுள் சம்பந்தமான பேச்சும், மற்றும் சத்தியம், அஹிம்சை, சத்தியாகிரகம், ஆத்ம சுத்தம், ஆத்ம சக்தி, பரித்தியாகம், தவம் முதலிய வார்த்தைகளும் 'அவரை அரசியல் தலைவர் என்ற நிலையிலிருந்து உயர்த்தி ஒரு மகானாகவும், மகாத்மாவாகவும் ஆக்கிவிட்டன. அவருடைய சீடர்களோ அவரை ஒரு ரிஷி என்பது போலவும், ஒரு முனிவர் என்பது போலவும், இன்னும் சொன்னால் ஒரு இயேசு, ஒரு நபி,

ஒரு வைஷ்ணவ அவதாரம் என்பது போலவும் எல்லாம் பிரச்சாரம் செய்தும், விளம்பரம் செய்தும், லவுகித்தும், அரசியல், வைதீகம் ஆகிய இரண்டு நிலைகளிலும் உயரத் தூக்கி வைத்தனர்' என்று எழுதிச் செல்கிறார் பெரியார்.

இவ்வாறு எல்லாம் செய்ததன் மூலம், அவரை விமர்சனங்களுக்கு அப்பாற்பட்டவராக ஆக்கிவிட்டனர் என்பதே குடியரசு கட்டுரையின் சாரம். ஆனால் இன்று காந்தியத்தின் கதி என்ன ஆகிவிட்டது என்று பார்த்தீர்களா என்கிறார். 1920 வரையில் பெசண்ட் அம்மையாரின் நிலையும் இப்படித்தான் இருந்தது என்று கூறும் பெரியார், அதனைச் சற்று விளக்கியும் கூறுகின்றார்.

''பகவத் கீதை பிரச்சாரத்தாலும், கடவுளிடத்திலும், மஹாத்மாக்களிடத்திலும் தான் தினம் பேசுவதாகவும், முன் ஜென்மம், பின் ஜென்மம் முதலியவைகள் எல்லாம் தனக்குத் தெரிகின்றதாகவும் சொன்னதாலும், மற்றும் என்னென்னவோ சொல்லிக்கொண்டதாலும் அந்த அம்மாளும் அரசியலில் தலைமை வகிக்கப் பெற்று, கொஞ்சகாலம் அரசியலில் சர்வாதிகாரியாக இருந்து, இந்தியா மாத்திரமல்லாமல் ஒருகாலத்தில் உலகம் முழுவதுமே விளம்பரம் பெற்றிருந்ததைப் பார்த்தால்... காந்தியத்திற்கும், பெசன்டியத்திற்கும் ஒரு ஒற்றுமை இருப்பதைப் பார்க்கலாம்" என்று அந்தக் கட்டுரை விரிவாகப் பேசுகின்றது.

பிறகு பெசன்ட் அம்மையார் அரசியலில் தன்னுடைய செல்வாக்கை இழந்ததைப் போலவே இப்போது காந்தியாரின் செல்வாக்கும், பகத்சிங் தூக்கு, இர்வின் ஒப்பந்தம் ஆகியனவற்றிற்குப் பிறகு குறையத் தொடங்கியுள்ளது என்பது அவர் தரும் விளக்கம்.

காந்தியாரைப் பற்றிய பெரியாரின் பார்வை மூன்று நிலைகளில் இருந்தது. முதலில் அவர் காந்தியாரின் 'பக்தராகவே' இருந்தார். பிறகு, நாடே அவர் பின்னால் நின்றபோதும் சற்றும் தயக்கமின்றித் தன் விமர்சனத்தை எடுத்து வைத்தார். இறுதியில், காந்தியார் தன்னுடைய வருண -சாதி பற்றிய கண்ணோட்டத்தை மாற்றிக்கொண்ட பிறகு, 'அவரை இனிமேல் பார்ப்பனர்கள் உயிருடன் விட்டுவைக்க மாட்டார்கள்' என்றே 1947 இறுதியில் எழுதினார். அவர் எழுதியபடியே 1948 ஜனவரியில் காந்தியார் கொல்லப்பட்டார். அப்போது காந்தியாரின் கொலையை வன்மையாகக் கண்டித்து எழுதிய பெரியார், 'இந்தியாவிற்குக் காந்தி நாடு என்றே பெயர் சூட்ட வேண்டும்' என்றார்.

பெரியாரைப் போலவே, காந்தியார் வாழ்ந்த காலத்திலேயே

அன்னிபெசன்ட் அம்மையார்

அவரைக் கடுமையாக விமர்சனம் செய்த இன்னொரு தலைவர், அண்ணல் அம்பேத்கர்தான். இருவரின் விமர்சனத்திற்கும் அடிப்படை நோக்கம் ஒன்றுதான். ஒரு குறிப்பிட்ட காலம் வரையில், தீண்டாமையை மட்டும்தான் காந்தியார் எதிர்த்தாரே அல்லாமல், வருண-சாதிக் கோட்பாட்டை எதிர்க்கவில்லை. அப்படி ஒரு வருண அமைப்பு தேவை என்றே எழுதியும், பேசியும் வந்தார். அதன் காரணமாகவே, சமூகநீதிப் போராளிகளான பெரியாரும், அம்பேத்கரும் அவரை எதிர்த்தனர்.

அதன்பொருட்டே, தமிழ்நாட்டிற்கு வரும் காந்தியாரை அனைவரும் பகிஷ்காரம் செய்ய வேண்டும் என்றும், பொதுமக்கள் அவருக்குப் பணமுடிப்பு போன்றவைகளை வழங்கக்கூடாது என்றும் தீர்மானம் நிறைவேற்றப்பட்டதை 1933ஆம் ஆண்டு 'புரட்சி' ஏடு தெரிவிக்கின்றது.

31

நெருப்பிருந்த பனிக்காலம்!

காங்கிரஸ், காந்தியார் எதிர்ப்பும், கம்யூனிச ஆதரவுமாக 1930களில் கால் வைத்தது சுயமரியாதை இயக்கம். அதற்கு முன்பே கூட, பொதுவுடமைக் கொள்கைகளில் ஈடுபாடு கொண்டவராகவே பெரியார் இருந்துள்ளார். பொதுவுடமைக் கொள்கைகளுக்கும், திரா விட இயக்கக் கொள்கைகளுக்கும் சில வேறுபாடுகள் இருந்தபோதும், ஒற்றுமைகள்தாம் மிகுதி என்பதைத் தயங்காமல் சொல்லலாம்.

தந்தை பெரியாரும், தோழர் சிங்காரவேலரும் 1928இல் சந்தித்துள்ளனர். தமிழக வரலாற்றில் திருப்புமுனையாக அமைந்த சந்திப்பு என்று அதனைக் கூறலாம். இருபெரும் மேதைகளாகவும், இருபெரும் புரட்சியாளர்களாகவும் விளங்கிய அவர்களின் சந்திப் பால், வர்க்கம், வருணம் என்னும் இருபெரும் தடைச் சுவர்களை இடித் துத் தமிழகம் முன்னேறுவதற்கான பாதை கண்டறியப்பட்டது. அவர் கள் இருவரும் 1918ஆம் ஆண்டே ஒரு மாநாட்டில் சந்தித்துள்ள

சிங்காரவேலர்

னர் என்று ஆய்வாளர் பா. வீரமணி கூறுகின்றார். எனினும் அது ஒரு சாதாரண நிகழ்வே. *1928*க்குப் பிறகே இருவரும் சேர்ந்து பணியாற்றத் தொடங்கினர். *1928-34* அவர்கள் சேர்ந்திருந்த காலம் ஆகும். அதனை நெருப்பிருந்த பனிக்காலம் என்று சொல்லலாம்.

அதற்கும் முன்பாக, சுயமரியாதை இயக்கம் தொடங்கப் பட்ட நேரத்திலேயே தொழிற் சங்கக் கூட்டமொன்றில் பெரியார் கலந்துகொண்டு உரையாற்றியுள்ளார். அந்த உரையை மேலோட்டமாகப் பார்க்கும்போது தொழிற் சங்கங்களுக்கு எதிரானதுபோலத் தோன்றும். ஆனால் மறு வாசிப்பில் அதன் உட்பொருளை நம்மால் உணர்ந்து கொள்ள முடியும்.

*1926*ஆம் ஆண்டு சென்னை, ராபின்சன் பூங்காவில் தொழி லாளர்கள் இடையே பேசியுள்ள பெரியார், "இந்த தொழிற் சங்கத்திலேயெல்லாம் எனக்கு அவ்வளவு நம்பிக்கையில்லை" என்று தன் உரையைத் தொடங்குகின்றார். தொழிலாளர்களுக்கு இந்தக் கூற்று ஒரு பெரிய ஏமாற்றமாக இருந்திருக்கும் என்பது சொல்லித் தெரிய வேண்டியதில்லை. அதன்பிறகு தன் ஆற்றாமைக்கான

காரணத்தைப் படிப்படியாக அவர் விளக்குகின்றார். குறிப்பாக மூன்று காரணங்களால் தொழிற் சங்கங்களின் மீது தமக்கு ‘அதிருப்தி உண்டாகியிருப்பதாக’க் கூறுகின்றார்.

முதலாவதாக அவர் முன்வைத்த காரணம், தொழிற் சங்கங்கள் வெறும் கூலி உயர்வுக்காக மட்டுமே போராடுகின்றன என்பதுதான். “வெறும் கூலி உயர்வுக்குப் போராடுகிற தொழிலாளி இல்லை, லாபத்தில் பங்கு கேட்கிற தொழிலாளி வர வேண்டும்” என்றார். இரண்டாவதாக, “தான் போராடிப் பெறுகின்ற கூலி உயர்வையும் பெரும்பாலானவர்கள் கோயில் திருவிழாக்களிலும், மொட்டை அடித்தல், காது குத்தல் போன்ற சடங்குகளிலும் வீணாகச் செலவழித்து விடுகின்றனர்” என்று கவலைப்பட்டார். மூன்றாவது அவருடைய கவலை, தங்கள் சங்கங்களுக்குத் தாங்களே தலைமை தாங்காமல் வெளியிலிருந்து யாரையோ ஏன் கூட்டி வர வேண்டும் என்பது.

மூன்று பார்வைகளும் மிக நியாயமானவை என்பதை நாம் உணரலாம். பொதுவுடைமை, பகுத்தறிவு, தன்மானம் ஆகிய மூன்றுமே மூன்று கோணங்களில் வெளிப்பட்டுள்ளன என்பதும் நமக்குப் புரிகிறது. தொழிற்சங்கங்களுக்குத் தொழிலாளர்களே தலைமை ஏற்க வேண்டும் என்பதனை ஒரு சுவையான குட்டிக் கதையின் மூலமும் அவர் அக்கூட்டத்தில் விளக்கியுள்ளார்.

ஒரு குட்டையில் கிடந்த தவளைகள் எல்லாம் ஒருநாள் கடவுளைப் பார்த்து, “எங்களுக்கு ஒரு தலைவர் வேண்டும்” என்று கேட்டனவாம். கடவுள் உடனே ஒரு மரக்கட்டையை அந்தக் குட்டையில் தூக்கிப் போட்டு, “இதனை உங்கள் தலைவராக வைத்துக் கொள்ளுங்கள்” என்றாராம். தவளைகள் ‘அந்தத் தலைவரை’ மகிழ்ச்சியாக ஏற்றுக் கொண்டன. சில நாள்களுக்குப் பின் மீண்டும் கடவுளிடம் வந்த அதே தவளைகள், “இந்தத் தலைவர் எதற்கும் பிரயோஜனமில்லை. எப்போதும் எதுவும் செய்யாமல் பேசாமலே இருக்கிறார். ஏதாவது செயல்படுகிற மாதிரி ஒரு தலைவரைக் கொடுங்கள்” என்று கேட்டனவாம்.

இந்தமுறை கடவுள் ஒரு பாம்பைத் தூக்கிப்போட்டு “இவரை வைத்துக்கொள்ளுங்கள், நன்றாகச் செயல்படுவார்” என்று கூறினாராம். மரக்கட்டை ஏதும் செய்யாமல் இருந்தது. பாம்போ ஒரு நாளைக்குப் பத்துத் தவளைகளையாவது தின்று தீர்த்தது. மீண்டும் தவளைகள் பதறியடித்துக் கடவுளிடம் வந்து, “அய்யா, எங்களுக்கு இனி வேறு தலைவரே வேண்டாம். எங்கள் தலைவரை நாங்களே எங்களுக்குள் தேர்ந்தெடுத்துக் கொள்கிறோம்” என்று சொல்லினவாம்.

பெரியாரின் பொதுவுடைமைப் பார்வையும் பாதையும் இப்படித் தொடங்கின.

32

சுயமரியாதைக்குள் சமதர்மம்!

சோவியத் நாட்டிற்குப் போய்வந்த பின்தான் பெரியாருக்குப் பொதுவுடைமைக் கொள்கைகளில் ஈடுபாடு வந்தது என்று பலரும் கூறுகின்றனர். அது உண்மையன்று. பொதுவுடைமைக் கொள்கைகளில் ஈடுபாடு வந்த காரணத்தால்தான் அவர் சோவியத் நாட்டிற்குச் செல்ல வேண்டும் என்று நினைத்தார்.

1929 செப். குடியரசு இதழில், பினாங்கு கே.என்.மருதமுத்து என்பவர் எழுதியுள்ள கட்டுரைக்குத் தலைப்பே 'சமதர்மம் ஓங்குக' என்பதுதான். 1929-31 ஆகிய ஆண்டுகளில் சமதர்மம் குறித்துப் பல கட்டுரைகள் குடியரசில் வெளிவந்துள்ளன.

1931 டிசம்பரில் பெரியார், ஐரோப்பா மற்றும் சோவியத் நாடுகளுக்குப் பயணம் செய்தார். ஏறத்தாழ ஓர் ஆண்டு அந்நாடுகளில் சுற்றுப் பயணம் செய்துவிட்டு 1932 இறுதியில்தான் தமிழகம் திரும்பினார். திரும்பும்போது இலங்கை வழியாக

வந்தார். ஆனால் 1931 ஜூலையில் விருதுநகரில் நடைபெற்ற சுயமரியாதை வாலிபர் சங்க மாநாட்டிலேயே பொதுவுடமைக் கொள்கைகளை ஆதரித்துப் பேசியுள்ளதோடு, தீர்மானங் களையும் நிறைவேற்றியுள்ளார். சௌந்தரபாண்டியனார் தலைமையில் நடைபெற்ற அம் மாநாடு சுயமரியாதை இயக்கத்தின் மாநாடுகளில் குறிப்பிடத்தக்க ஒன்றாகும்.

மேலும், தன் சோவியத் பயணத்துக்கு முன்பே, பொது வுடைமைக் கட்சி அறிக்கையினைத் தமிழில் மொழிபெயர்த்துக் குடியரசு ஏட்டிலும் பெரியார் வெளியிட்டார். 1848இல், மார்க்ஸ், எங்கெல்ஸ் இருவரும் வெளியிட்ட அந்த அறிக்கையின்

ஐரோப்பிய சுற்றுப்பயணத்தில் பெரியார்

தமிழாக்கம் முதன்முதலில் குடியரசு ஏட்டில்தான் வெளியாயிற்று. 1931 அக்டோபர் 4ஆம் நாளிட்ட குடியரசில், அம் மொழி பெயர்ப்பின் முதல்பகுதியைக் காணமுடியும். எனினும் அவ்வறிக்கை முழுமையாக வெளியிடப்படவில்லை. இரண்டு பகுதிகள் மட்டுமே வந்துள்ளன. அதன்பிறகு பெரியார் வெளிநாடு சுற்றுப்பயணம் புறப்பட்டுவிட்டார்.

அவருடைய சோவியத் பயணம், பொதுவுடைமைக் கொள்கைகள் மீது அவர் கொண்டிருந்த பிடிப்பு மேலும் உறுதியாவதற்கு உதவியுள்ளது என்பது உண்மையே. தமிழகம் திரும்பிய பெரியார், மேடைகளில் பிள்ளைகளுக்கு ரஷ்யா போன்ற பெயர்களைச் சூட்டினார். 'இதென்ன ஊர்ப் பெயரை எல்லாம் பெரியார் பிள்ளைகளுக்கு வைக்கின்றாரே' என்று சிலர் கேட்டனர். 'சிதம்பரம்', 'பழனி' எல்லாம் என்னவென்று பெரியார் திருப்பிக் கேட்டார்.

இவை எல்லாவற்றையும் தாண்டி, பெரியார் தாயகம் திரும்பியவுடன் செய்த முதல் செயல்பாடே, சமதர்மக் கொள்கைகளைக் கட்சிக்குள் கொண்டுவர முயன்றதுதான். அவர் வெளிநாட்டில் இருந்தபோது, அவருடைய வேண்டுகோளின்படி தோழர் சிங்காரவேலர், சுயமரியாதை சமதர்மக் கட்சியின் வரைவறிக்கை ஒன்றை எழுதி வைத்திருந்தார். அதனைக் குடியரசில் வெளியிட்டதுடன், 1932 டிசம்பர் 28, 29 ஆகிய நாள்களில், அதனை ஆய்வு செய்வதற்கான கூட்டமொன்றும் ஈரோட்டில் கூட்டப்பட்டது.

அந்த வரைவறிக்கையை இயக்கத்தின் முதன்மையான உறுப்பினர்கள் சிலர் ஏற்கவில்லை. சௌந்தரபாண்டியனார், ஆர்.கே.சண்முகம், பூவாளூர் பொன்னம்பலனார், எஸ்.ராமநாதன் ஆகியோருக்கு ஒரு தயக்கம் இருந்தது. அழகிரிசாமி, குத்தூசி குருசாமி போன்றோர் இதனைச் சிலகாலம் தள்ளிப் போடலாம் என்றனர். எனினும் பெரியார் அதனை விவாதத்திற்கு ஏற்றுக் கொண்டு, சில திருத்தங்களுடன் நிறைவேற்றினார். அதனை நடைமுறைப்படுத்த 33 பேர் கொண்ட குழுவும் அமைக்கப் பட்டது.

33

சமதர்மிகளின் மே நாள் கூட்டங்கள்

மே தின நிகழ்வுகளைத் தமிழ்நாட்டில் வெகு மக்களிடையே கொண்டு சென்ற அமைப்பு சுயமரியாதை இயக்கம்தான். 1923 ஆம் ஆண்டே மே முதல் நாள், தோழர் சிங்காரவேலர் சென்னை நேப்பியர் பூங்காவில் கொடியேற்றி மே நாள் கூட்டம் நடத்தினார். அதுவே தமிழகத்தில் நடைபெற்ற முதல் மே நாள் நிகழ்வு. எனினும், 1933 ஆம் ஆண்டு தந்தை பெரியார்தான் அதனைத் தமிழ்நாட்டின் எல்லா ஊர்களுக்கும், எல்லா மக்களிடமும் கொண்டு சென்றார்.

மே நாள் கூட்டங்கள், பேரணிகள் நடத்துவதற்கு இந்தியாவிலும், பிற நாடுகளிலும் பல தடைகள் இருந்துள்ளன. தோழர் சிங்காரவேலர் தன் முன்னோடியாக ஏற்றுக்கொண்ட, இங்கிலாந்தில் வாழ்ந்த சக்லத்வாலா, 1926 மே நாளன்று, லண்டன் பூங்கா ஒன்றில் உரையாற்றியதற்காக கைது செய்யப்பட்டு

இங்கிலாந்தில் நாஜிக்கள் எதிர்ப்புக் கூட்டத்தில் சக்லத்வாலா

திரு.வி.க.

இரண்டு மாதங்கள் சிறையில் அடைக்கப்பட்டுள்ளார். இவ்வளவுக்கும் அவர் அந்நாட்டின் நாடாளுமன்ற உறுப்பினர் வேறு. அவருக்கும் சிங்காரவேலருக்கும் நெடுநாள் தொடர்பு இருந்துள்ளது. அதனையொட்டி, பெரியார் தன் ஐரோப்பியப் பயணத்தில் அவரைச் சந்தித்து உரையாடிய செய்தியை பின்னா ளில் தோழர் ஜீவா குறிப்பிட்டுள்ளார். இந்தப் பின்னணியில், சக்லத்வாலா குறித்துச் சில செய்திகளை நாம் அறிந்து கொள்ள வேண்டியுள்ளது. அவர் குறித்த விரிவான செய்திகள் பலவற்றை, தமிழ்நாடு பொதுவுடைமைக் கட்சியின் மூத்த உறுப்பினர், மறைந்த சி.எஸ். சுப்ரமணியன் தன் நூலில் எழுதியுள்ளார்.

சக்லத்வாலா பிறப்பால் இந்தியர்தான். அன்றைய பம்பாயில் பார்சி வகுப்பைச் சேர்ந்த மிகப் பெரும் பணக்காரர் குடும்பத்தில் பிறந்தவர். இன்னும் சுருக்கமாகச் சொல்வதெனில், அன்று இந்தியாவின் முதல் செல்வந்தராக இருந்த ஜே.ஆர். டாட்டாவின் நெருங்கிய உறவினர். 1905 ஆம் ஆண்டு, குடும்பத்தினரால் அவர் இங்கிலாந்து நாட்டுக்கு அனுப்பப்பட்டார். தங்கள் தொழில் நலனைக் கருதி, அவர் குடும்பத்தினர் அவரை அங்குள்ள லிபரல் கட்சியில் சேர்த்துவிட்டனர். ஆனால் அவரோ, தொழிலாளர்கள் மேல் ஈடுபாடு கொண்டவராக இருந்தார். 1917 சோவியத் புரட்சி

ஏற்படுத்திய தாக்கம் முழுமையாக அவரை மாற்றியது. இங்கிலாந்தின் தொழிலாளர் கட்சியில் தன்னை இணைத்துக் கொண்டார்.

கட்சி அளவில் மட்டுமின்றி, தன் சொந்த வாழ்விலும் அவர் ஒரு பொதுவுடைமை வாதியாகவே இருந்தார். அங்கிருந்த தொழிலாளர் குடும்பப் பெண் ஒருவரையே மணந்து கொண்டார். அவரை 1925ஆம் ஆண்டு, இந்தியாவில் உள்ள கான்பூரில் பொதுவுடைமைக் கட்சித் தொடக்க விழாவிற்கு அழைத்துவரச் சிங்காரவேலர் முயன்றார். அரசின் தடையால் அப்போது அந்த முயற்சி வெற்றி பெறவில்லை. எனினும் 1927 பிப்ரவரியில் இந்தியா வந்துள்ளார். சென்னையிலும் சில கூட்டங்களில் கலந்து கொண்டுள்ளார். ஒரு கூட்டத்தில், காந்தியாரின் முதலாளி வர்க்க ஆதரவை எதிர்த்துப் பேசியபோது, அக்கூட்டத்திலிருந்த திரு.வி.க. உள்படப் பலரும் அதனை மறுத்துள்ளனர்.

ஆனால் அந்தப் பயணத்தில் அவர் பெரியாரைச் சந்தித்ததாகத் தெரியவில்லை. 1932 ஆம் ஆண்டுதான் அவர்களின் சந்திப்பு ஐரோப்பாவில் நடந்துள்ளது. தமிழ்நாட்டில் சுயமரியாதை இயக்கம் மே நாள் நிகழ்வுகளை நடத்தவேண்டும் என்று பெரியார் கோரிக்கை வைத்ததற்கு அந்தச் சந்திப்பும் ஒரு காரணம் என்று கூறலாம்.

ஆனாலும் தமிழகத்தில் முதல் மே நாள் கூட்டம் முதல் தேதி நடைபெறவில்லை. "இம்மாதம் முதல்நாள் கடந்துவிட்ட போதிலும், வரும் ஞாயிற்றுக்கிழமை, மே 21ஆம் தேதி, சுயமரியாதை சமதர்ம சபைகள் யாவும், சமதர்மக் கொள்கை களை ஏற்றுக்கொண்ட சங்கங்கள் யாவும், அத்தினத்தைப் பெருந்தினமாகக் கொள்ளல் மிக நலமாகும். அன்று காலையிலும், மாலையிலும் அந்தந்த கிராமங்களிலும், பட்டணங்களிலும் சமதர்மிகள் ஊர்வலம், சமதர்ம சங்கீதங்களுடன் வரலாம். ஆங்காங்கு கூட்டங்கள் கூட்டி, சமதர்மம் இன்னதென்று தொழிலாளர்களுக்கும், விவசாயிகளுக்கும் விளக்கமுறச் செய்யலாம்" என்று பெரியார் 14.05.1931 அன்று குடியரசில் வேண்டுகோள் விடுத்துள்ளார்.

எனவே, பொதுவுடைமைக் கருத்துகளை முதன்முதலில் மக்களிடம் கொண்டு சென்ற பெருமை சுயமரியாதை இயக்கத்தையே சேரும்.

34

வெளிப்பட்டது விரிசல்!

பொதுவுடைமைக் கொள்கைகளைப் பெரியார் பரப்பிட முயன்ற வேளையில், அச்சிந்தனை கொண்ட சிங்காரவேலர், ஜீவானந்தம் போன்றவர்கள் பெரியாருடன் இணைந்து தொண்டாற்றினர். ஒரு வலிமையான அணி தமிழ்நாட்டில் உருவாகத் தொடங்கிற்று. அதே வேளையில், பிரித்தானிய அரசாங்கம் விழித்துக் கொண்டது. சுயமரியாதை, பொது வுடைமை என்னும் இருபெரும் கொள்கைகள் ஒருங்கிணைவது தமக்கு ஆபத்து என்று அரசு எண்ணியது. அரசின் ஒடுக்கு முறைகள் தொடங்கின.

"ஏன் இந்த அரசு போக வேண்டும்?" என்று குடியரசில் பெரியார் எழுதியிருந்த கட்டுரையைக் காரணமாகக் காட்டி அவரையும், குடியரசின் பதிப்பாளரான அவருடைய தங்கை கண்ணம்மாளையும் 1933 டிசம்பரில் அரசு கைது செய்து சிறையில்

அடைத்தது. பொதுவுடைமைக் கட்சியின் மீதும் அடக்குமுறைகள் ஏவப்பட்டன. இந்தியா முழுவதும் பொதுவுடைமைக் கட்சி 1934 ஜூலையில் தடை செய்யப்பட்டது.

அந்தச் சூழலில்தான் பெரியாரோடு இருந்த ஏ.டி. பன்னீர்செல்வம் உள்ளிட்ட தலைவர்கள் ஒரே நேரத்தில் பார்ப்பன எதிர்ப்பு, அரசாங்க எதிர்ப்பு என்னும் இரண்டு எதிர்ப்புகளைக் கையில் எடுக்க வேண்டாம் என்று கருத்துரை கூறினர். அவர்கள் கூற்றில் நியாயம் இருப்பதாகப் பெரியாரும் கருதினார். பொதுவுடைமைக் கொள்கைகளை பரப்புவதை நிறுத்திக் கொண்டால், தங்களின் சமூக நீதி பயணத்தைத் தொடர்வதில் வெள்ளையர் அரசுக்குப் பெரிய ஒவ்வாமை இருக்காது என்ற எண்ணம் சுயமரியாதை இயக்கத்தில் மேலோங்கியது.

‘பகைத்திறம் தெரிதல்’ என்னும் அதிகாரத்தில் திருவள்ளுவரும் இதேபோன்ற ஒரு கருத்தைக் கூறியிருப்பதை இங்கு நாம் நினைவு கூரலாம்.

“தன்துணை இன்றால் பகையிரண்டால் தானொருவன்
இன்துணையாக் கொள்கவற்றின் ஒன்று”

என்று கூறும் திருக்குறள். தனக்குப் பெரிய துணை இல்லாதபோது, இரண்டு பகைகளை ஒரே நேரத்தில் தேடிக்கொள்ளக் கூடாது. அப்பகை இரண்டினுள் ஒன்றினைத் தன் துணையாகக் கொள்ள வேண்டும் என்று அறிவுரை தருகிறார் வள்ளுவர்.

ஏறத்தாழ அதே நிலை 1934இல் சுயமரியாதை இயக்கத்திற்கு ஏற்பட்டது. அத்துடன் இல்லாமல், நீதிக்கட்சிக்கும், சுயமரியாதை இயக்கத்திற்குமிடையே ஒரு நெருக்கமும் வளர்ந்து கொண்டிருந்தது. பெரியார் ஒரு முடிவுக்கு வந்தார். ‘சுயமரியாதை இயக்கம், பொதுவுடைமைப் பிரச்சாரத்தை ஒத்தி வைக்கிறது’ என்று அறிவித்தார். அதன் விளைவாக, நெருங்கி நின்ற சிங்கார வேலர், ஜீவானந்தம் போன்றவர்கள் சுயமரியாதை இயக்கத்தை விட்டு விலகிச் சென்றனர். பொதுவுடைமைக் கருத்துப் பரப்பலைத் தள்ளி வைத்தது, நீதிக்கட்சியை நெருங்கியது என இரண்டு செயல்களுமே அவர்களுக்கு ஏற்புடையதாக இல்லை.

எனினும் இயக்கத்தை விட்டு விலகுவதற்கு முன்பாகச் சுயமரியாதை இயக்க மாநாடுகளிலேயே தங்களின் கருத்துகளை வெளிப்படையாகப் பேசினர். மன்னார்குடியில் நடைபெற்ற சமதர்ம மாநாட்டிலேயே சில தலைவர்கள் சமதர்மத்தை எதிர்த்தனர் என்றும், அதனைப் பெரியார் கண்டிக்கவில்லை என்றும் குற்றம்சாற்றிய சிங்காரவேலர், “இது பொது ஜனங்கள்

தோழர் ஜீவா   'சர்' ஏ.டி.பன்னீர்செல்வம்

இயக்கமா, தலைவரின் ஆதிக்கத்தையும், தனிப்பட்ட அபிப் பிராயங்களையும் விரும்பும் இயக்கமா?" என்று வெளிப்படை யாகவே கேட்டார்.

இதனைக் காட்டிலும் கடுமையாக, "நமது தலைவர் ஈ.வெ.ரா. அவர்கள், ஜஸ்டிஸ் கட்சியோடு சரச சல்லாபம் காட்டுவதாய்ப் பாவித்து, அது சமதர்மிகளுக்குப் பொருந்தாது என்று ஒரு சிறு கட்டுரை எழுதியிருந்தேன். அதைப் பிரசுரிப்பதற்கு முன் 'புரட்சி' நின்றுவிட்டது. அதன் பிறகு வந்த 'பகுத்தறிவில்' பிரசுரித்தார்களோ, இல்லையோ அது எனக்குத் தெரியவில்லை" என்று எழுதுகிறார் சிங்காரவேலர். (சிங்கார வேலரின் சிந்தனைக் களஞ்சியம்-தொகுதி 3)

'சரச சல்லாபம்' உள்ளிட்ட எந்த வரியும் மாற்றப்படாமல், அப்படியே அது பெரியாரால் வெளியிடப்பட்டது என்பது சுயமரியாதை இயக்கத்தின் ஜனநாயகப் போக்கைக் காட்டுகின்றது. அந்த அறிக்கையின் இறுதியில், 'ஈ.வெ.ரா.வின் குறிப்பு' என்று போட்டுப் பெரியார் தன் நிலைப்பாட்டையும் வெளியிட்டிருந்தார். அந்தக் குறிப்பு வரலாற்றுச் சிறப்பு மிக்கது என்றே கூற வேண்டும்.

35

நீதிக்கட்சியா, காங்கிரஸா – எது சிறந்தது?

தோழர் சிங்காரவேலரின் அறிக்கையை வெளியிட்டு விட்டு, இறுதியில் அது குறித்த தன் கருத்தைப் பெரியார் கூறியிருந்தார். அந்தக் குறிப்பு, "சரியாகவோ, தப்பாகவோ ஜஸ்டிஸ் கட்சி சம்பந்தம் 6, 7 வருடங்களாக இருந்து வருகிறது" என்று தொடங்குகிறது. எனவே நீதிக்கட்சியுடனான உறவை அவர் முழுமையாக நியாயப்படுத்தவில்லை... இருப்பினும், காங்கிரஸ் கட்சி உறவை விட, நீதிக்கட்சி உறவு குறைவானது இல்லை என்று எழுதுகிறார்.

ஜஸ்டிஸ் கட்சியில் பண ஆதிக்கம் இருக்கிறது என்பது உண்மைதான். காங்கிரஸ் கட்சியிலோ சாதி ஆதிக்கம் இருக்கிறது. ஜஸ்டிஸ் கட்சித் தலைவர்களால் பணத்தைத் தூக்கி எறிய முடியவில்லை. காங்கிரஸ் கட்சித் தலைவர்களால் பூணூலைத் தூக்கி எறிய முடியவில்லை. இவ்வாறு இரண்டு கட்சிகளையும் ஒப்பிட்டு எழுதிவிட்டு, இறுதியில் தெளிவாக, "என்னைப் பொறுத்தவரை பணக் கொடுமையை விட, பூணூல் கொடுமையே பலமானதும், மோசமானதும் என எண்ணுகிறேன்" என்று குறிப்பிடுகின்றார். இத்துடன் நிறுத்தி விடாமல், "மற்ற பல

நீதிக்கட்சித் தலைவர்களுடன் பெரியார்

விஷயங்களில் தோழர் சிங்காரவேலு அவர்கள் அபிப்பிராயம் தான் அநேகமாக நானும் கொள்கிறேன்" என்கிறார்.

பெரியாரின் பின்குறிப்பு இரண்டு செய்திகளைத் தெளிவு படுத்துகிறது. கொள்கை வேறுபாட்டைத் தவிர இருவருக்கும் இடையில் தனிப்பட்ட பகை ஏதுமில்லை என்பதை அது உறுதிப்படுத்துகிறது. 'நமது தலைவர்' என்று சிங்காரவேலரும், 'தோழர்' என்று பெரியாரும் குறிப்பிடுவதன் மூலம், ஒருவரை ஒருவர் மதித்துள்ளனர் என்பதும் தெரியவருகிறது.

பெரியார் ஏன் நீதிக்கட்சியையும், காங்கிரசையும் ஒப்பிடுகிறார் என்பதையும் பார்க்க வேண்டும். அந்தக் கட்டத்தில் பொதுவுடைமை எண்ணம் கொண்ட சிங்காரவேலர் உள்ளிட்ட தோழர்கள் காங்கிரசைச் சற்று நெருங்கி நின்றனர். சமூக விடுதலை யை விட, அரசியல் விடுதலையே அன்றைய முதல் தேவை என்று கருதினர். அந்த இடத்தில்தான் இரு தரப்பினருக்குமிடையே வேறு வேறு நிலை எடுக்கவேண்டிய கட்டாயம் எழுந்தது. அதன் விளைவாக இரு அணிகளுக்கும் இடையே பிளவு ஏற்பட்டு விட்டது. 1934 ஜூலையில் இந்தியா முழுவதும் பொது வுடைமைக்கட்சி தடை செய்யப்பட்டுவிட்டது. எனவே அவர்கள் மேலும் கூடுதலாகக் காங்கிரசை நெருங்கி நின்றனர்.

1935ஆம் ஆண்டு 'புது உலகம்' என்னும் புதிய இதழ் தொடங்கப்பட்டது. அதில் சிங்காரவேலர், ஜீவானந்தம் போன்றோரின் படைப்புகள் இடம் பெற்றன. சிங்காரவேலர்

சிந்தனைக் களஞ்சியம் மூன்றாம் தொகுதியில், அப்போது சிங்காரவேலர் எழுதிய பல கட்டுரைகளைக் காணமுடிகிறது.

புது உலகில், 'சுயமரியாதை, ஜஸ்டிஸ், காங்கிரஸ்' என்ற தலைப்பின் கீழ் சிங்காரவேலர் ஒரு நீண்ட கட்டுரையை எழுதியுள்ளார். அதில், சுயமரியாதைக் கட்சியினர், ஜஸ்டிஸ் கட்சியினர் ஆகிய இருவராலும் தேசம் பிளவுண்டு கிடக்கிறதே அல்லாமல், பொதுமக்களுக்கு யாதொரு நன்மையும் கிடைக்கவில்லை என்று குறிப்பிடுகின்றார். "எந்தக் கட்சியாலும் காங்கிரசுக்குள்ள செல்வாக்கைப் பெற முடியாதென அறிக" என்று அழுத்தம் திருத்தமாக, காங்கிரஸ் ஆதரவு நிலையை வெளிப்படுத்துகின்றார். இன்னமும் ஒரு படி மேலே போய், "பிராமணர் அல்லாதவர்கள் பிராமணர்களால் அடக்கி ஆளப்படுகின்றார்கள் என்று சொல்வது இழிவான மதியீனம் (despicable nonsense)" என்று கூறுமளவுக்குச் சிங்காரவேலர் சென்றுவிடுகிறார்.

'ஈரோட்டுப் பாதை' என்னும் தலைப்பில் தோழர் ப. ஜீவானந்தம் எழுதியுள்ள கட்டுரையோ இதனைவிடக் கடுமையாக உள்ளது.

36

எது முதல் தேவை?

தோழர் ஜீவா அவர்கள் எழுதியுள்ள 'ஈரோட்டுப் பாதை' என்னும் கட்டுரை குறு நூலாகவே வெளிவந்துள்ளது. பேராசிரியர் வீ.அரசு தொகுத்துள்ள ப.ஜீவானந்தம் ஆக்கங்கள் -பகுதி ஒன்றிலும் இடம்பெற்றுள்ளது. அது ஒரு காரசாரமான கட்டுரை. சிலவிடங்களில், ஜீவாவின் எழுத்தா இது என்று ஐயப்படக்கூடிய அளவிற்குத் தரம் சற்றுத் தாழ்ந்தும் காணப்படுகிறது.

நீதிக்கட்சியுடன் சுயமரியாதை இயக்கத்திற்கு ஏற்பட்ட உறவை ஜீவா மிகக்கடுமையாகக் கண்டிக்கிறார். 'சாக்கடையில் சறுக்கி விழுந்தார் ஈ.வெ.ரா' என்று கூட எழுதுகின்றார். காங்கிரசை விட்டுப் பெரியார் வந்தது முதலே தவறான பாதையில்தான் ஈரோட்டுப் பாதை அமைந்துள்ளது என்பது போலச் சில செய்திகள் காணக்கிடக்கின்றன. "ஈ.வெ.ரா.வோ

வகுப்புவாதச் சகதியை அள்ளிக் காங்கிரசின் முகத்தில் எறிந்துவிட்டுத் தேசிய ஸ்தாபனத்தைத் துறந்தார்" என்று 1925ஆம் ஆண்டு பெரியாரின் நிலைப்பாட்டைப் பத்து ஆண்டுகளுக்குப் பின் ஜீவா விமர்சிக்கிறார்.

பெரியாரைத் தனிப்பட்ட முறையில் பாராட்டுவதைக் கூட ஏற்க இயலாத நிலையில், "ஏகாதிபத்திய அடிமை நாவலர் ஏ. ராமசாமி முதலியார், ஈ.வெ.ரா.வைத் தமிழ்நாட்டு ரூசோ என்று வாயாரப் பாராட்டுகிறார்" என்று எழுதுகின்றார். இறுதிப் பகுதியில் மிகக் கடுமையான விமர்சனத்துடன் அக்கட்டுரை நிறைவடைகிறது. "அழுகிப்போன ஜமீன்தாரி, நிலச்சுவான்தாரி வர்க்கத்தின் பாதை, பிற்போக்குப் பணமூட்டைகளின் பாதை, ஈரோட்டுப் பாதை" என்பன அவ்வரிகள்.

இந்த அளவிற்குப் பெரியார் மீதும், சுயமரியாதை இயக்கத்தின் மீதும் ஜீவா போன்றவர்களுக்குக் கோபம் ஏற்பட என்ன காரணம் என்று எண்ணிப் பார்க்கலாம். 'பொது உடைமையா, பொது உரிமையா?' எது முதலில் வேண்டும் என்ற வினாவும், 'அரசியல் விடுதலையா, சமூக விடுதலையா?' எது உடனடித் தேவை என்னும் வினாவும்தான் இரண்டு இயக்கங்கள் இம்மண்ணில் தோன்றக் காரணம் என்று கூறலாம். இவ்வினாக்களுக்கு ஒரே விடை இருந்திருக்குமானால், இரண்டு இயக்கங்களும் ஒருங்கிணைந்து ஒரே இயக்கமாக, வலிமையான இயக்கமாகத் தமிழ்நாட்டில் இன்று வளர்ந்து நின்றிருக்கும்.

1935 முதல் இன்றுவரை அதற்கு வாய்ப்பில்லாமல் போய்விட்டது. என்றாலும், இரு இயக்கங்களுக்கும் இடையே அவ்வப்போது நட்பும், பகையும் மாறிமாறி வந்துள்ளன. ஆனாலும் இந்தியா 1947இல் அரசியல் விடுதலை அடையும் வரையில் இரு கட்சிகளுக்கும் இடையில் இணக்கம் ஏற்படவே இல்லை. அரசியல் விடுதலையே, சமூக விடுதலைக்கு முன் நிபந்தனை என்று உறுதியாகக் கருதிய பொதுவுடைமைத் தோழர் கள் சுயமரியாதை இயக்கத்தை விட்டு விலகியும், காங்கிரஸ் இயக் கத்தை நெருங்கியும் சென்றது அன்றைய போக்காக இருந்தது.

"அரசியல் அதிகாரத்தைக் கைப்பற்றித்தான், சமூக வாழ்வைச் சீர்திருத்த முடியும் என்பது சரித்திரம் கண்ட உண்மை" என்று எழுதிய பொதுவுடைமையினர், சுயமரியாதை இயக்கத்தின் போக்கு, "குதிரைக்கு முன் வண்டியைக் கட்டுகிற வேலை" என்று கேலி பேசினர். பொதுவுடைமைக் கருத்துகளைப் பரப்புவதைக் கைவிட்டதையும் அவர்கள் கடுமையாகச் சாடினர். அதற்கு உரிய விடையாக, புரட்சியாளர் லெனின், ஜெர்மன் ஏகாதிபத்தியத்துடன் உடன்படிக்கை செய்துகொண்டபோது, அவர் குறிப்பிட்ட எடுத்துக்

எழுச்சியுரையாற்றும் லெனின்

காட்டைப் பெரியார் ஆதரவாளர்கள் சுட்டிக் காட்டினர்.

லெனின் எழுதியுள்ள Left wing communism on infantile disorder என்னும் நூலில், "நீங்கள் பயணம் செய்யும் காரினை ஆயுதம் ஏந்திய கொள்ளைக்காரர்கள் சுற்றி வளைத்துவிட்டார்கள் என்று வைத்துக் கொள்வோம். அக்கொள்ளையரிடமிருந்து நீங்கள் விடுபடவேண்டுமானால், உங்களது பணம், அடையாள அட்டை, துப்பாக்கி, கார் அனைத்தையும் நீங்கள் கொடுத்தாக வேண்டும். சந்தேகத்திற்கு இடமின்றி அது ஒரு சமாதான நடவடிக்கைதான்.... இத்தகைய சமாதான நடவடிக்கையினை, கொள்கைக்கு முரணானது, கொள்ளையர்களுக்குத் துணை போவது என்று அறிவுள்ள மனிதன் சொல்லமாட்டான்" என்று எழுதியிருப்பார் லெனின். அதே நிலைதான் அன்று சுயமரியாதை இயக்கத்திற்கும் ஏற்பட்டது. வெள்ளையர்களால் கட்சி அழிக்கப்பட்டுவிடுமானால், சுயமரியாதைச் சிந்தனைகளைத் தொடர்ந்து பரப்புவதற்கு ஆள் இல்லாமல் போய்விடும். எனவே கட்சியைக் காப்பாற்ற, தற்காலிகமாகப் பொதுவுடைமைக் கருத்துப் பரப்பலை நிறுத்த வேண்டியதாயிற்று என்பது இந்தப் பக்கத்து விளக்கமாக இருந்தது

37

முதலும் கடைசியுமாய் ஒரு மாநாடு!

சுயமரியாதை இயக்கம் தந்த எந்த விளக்கத்தையும் ஜீவா உள்ளிட்ட தோழர்கள் ஏற்கவில்லை. இதற்கிடையே, 1935 நவம்பரில் நீதிக்கட்சி நிர்வாகக் குழுக் கூட்டத்தில், பெரியாரின் திட்டத்தைச் சில மாற்றங்களுடன் ஏற்றுக் கொள்வதாக நீதிக்கட்சி அறிவித்தது. 'விடுதலை' ஏடு, நாளேடாக மாற்றப்படும் என்றும் அறிவிக்கப்பட்டது. கட்சியின் பொது வேலைத் திட்டத்தை உருவாக்குவதற்காக ஒரு குழு அமைக்கப்பட்டது. அந்தக் குழுவில் பெரியாரும் ஒருவராக நியமிக்கப்பட்டது சிங்காரவேலர், ஜீவா போன்றோரிடம் பெரும் சினத்தை உருவாக்கியது.

இப்படிப்பட்ட குழப்பமான நேரத்தில், 1936ஆம் ஆண்டு மார்ச் மாதம் திருத்துறைப்பூண்டியில் சுயமரியாதை மாநாடு கூடிற்று. அந்த மாநாட்டில், மேடையில் பெரியாரை வைத்துக்

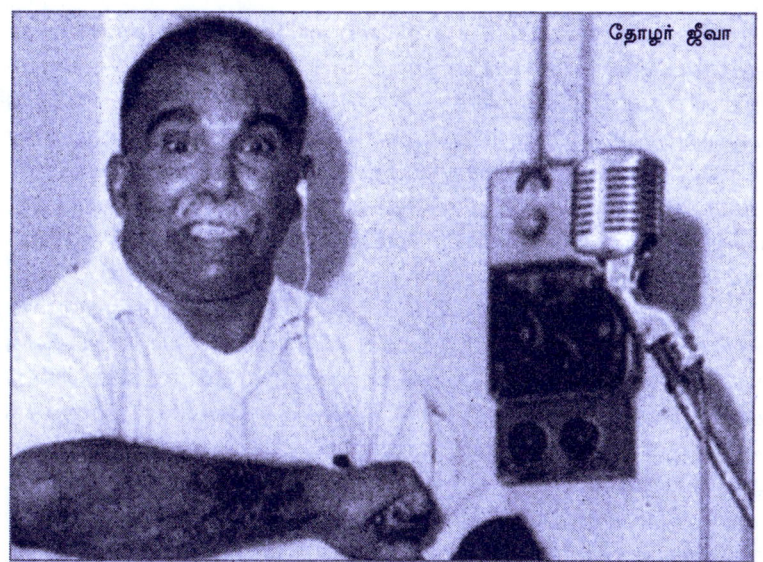

தோழர் ஜீவா

எஸ்.ஏ.டாங்கே

கொண்டே, "இன்றைய இளைஞர்கள், தோழர் ஈ.வெ.ரா.வின் தலைமையைத் தூக்கி எறிந்துவிட்டு முன்னேறட்டும்" என்று ஜீவா பேசினார். அவரைத் தொடர்ந்து வழக்கறிஞர் புதுக்கோட்டை முத்துச்சாமி வல்லத்தரசும் அதே பாணியில் பேசினார். அனைத்தையும் பொறுமையாகக் கேட்டுக்கொண்டிருந்த பெரியார், இறுதியில் தன் உறுதியான நிலைப்பாட்டை எடுத்துரைத்தார். ஏறத்தாழ அவர்கள் சேர்ந்திருந்த கடைசி மேடை அதுதான். அதன்பின் அவர்கள் முற்றிலுமாகப் பிரிந்து போய்விட்டனர்.

பிறகு ஜீவா உள்ளிட்டோர், சுயமரியாதை சமதர்மக் கட்சி என ஒன்றை நிறுவ முயன்றனர். அக்கட்சியின் அமைப்பு மாநாடு, அடுத்த மாதமே, 12-04-1936 அன்று திருச்சி, தென்னூரில் நடைபெற்றது. அதற்குப் புதுக்கோட்டை வல்லத்தரசு தலைமை ஏற்றார். பிறகு அதே ஆண்டு நவம்பர் மாதம், அதே திருச்சியில் அக்கட்சியின் முதல் மாநில மாநாடு நடைபெற்றது. ஒரு வேடிக்கையான முரண் எதுவெனில், அதுவே அக்கட்சியின் இறுதி மாநாடாகவும் அமைந்தது என்பதுதான்.

1935ஆம் ஆண்டு வரையில் காங்கிரசை பூர்ஷுவா, நிலப்பிரபுத்துவக் கட்சி என்று வருணித்த பொதுவுடைமைக் கட்சியினர், 1936இல், ஏகாதிபத்தியத்தை எதிர்ப்பதற்குக்

காங்கிரசை ஆதரிப்பதே சரி என்று கருதினர். காங்கிரசை 'ஏகாதிபத்திய எதிர்ப்பு ஐக்கிய முன்னணி மேடை' என்றும் அறிவித்தனர். அந்நிலையில், பொதுவுடைமைக் கட்சித் தலைவர்களில் ஒருவரும், காங்கிரஸ் ஆதரவாளருமான எஸ்.ஏ.டாங்கே திருச்சி மாநாட்டில் பேச அழைக்கப்பட்டிருந்தார். அவர் அப்போதுதான், மீரத் சதி வழக்கில் கைது செய்யப்பட்டு, 6 ஆண்டுகள் சிறைவாசம் முடிந்து வெளியில் வந்திருந்தார். அம்மாநாட்டில் அவர் ஆற்றிய உரை கவனிக்கத்தக்கது.

'இந்தியக் கம்யூனிஸ்ட் கட்சி அப்போது தடை செய்யப்பட்டிருந்ததாலும், இந்திய விடுதலைப் போராட்டத்தை உந்தித் தள்ளவேண்டியதே அப்போதைய முதல் கடமை என்று தாம் கருதுவதாலும், காங்கிரசுக்குள்ளேயே புதிதாகத் தோற்றுவிக்கப்பட்டுள்ள காங்கிரஸ் சோசலிஸ்ட் கட்சியில் அனைவரும் சேர்ந்து பணியாற்றலாம்' என்னும் பொருள்பட அவர் பேசினார். அவர் பேச்சுக்கு மாநாட்டில் பெரும் வரவேற்பு இருந்தது.

அக்கருத்தை ஏற்றுக் காங்கிரஸ் சோசலிஸ்ட் கட்சியில் இணைந்து பணியாற்றலாம் என்னும் தீர்மானத்தை நிறை வேற்றிவிட்டு, அம்மாநாடு கலைந்தது என்று, பொதுவுடைமைக் கட்சியின் மூத்த தலைவர்களான சி. சுப்பிரமணியனும், கே.முருகேசனும் எழுதுகின்றனர். அம்மாநாடு கலையும்போதே, அக்கட்சியும் கலைந்துபோயிற்று.

38

இந்தியை எதிர்த்த செந்தமிழ் நாடு!

1936ஆம் ஆண்டின் இறுதியில் இந்தியாவின் அரசியல் விடுதலையே முதன்மையானது என்று கருதிய காங்கிரஸ், பொதுவுடைமையினர் ஓர் அணியாகவும், சமூக விடுதலையே முதல் தேவை என்று எண்ணிய நீதிக்கட்சி, சுயமரியாதை இயக்கத்தினர் இன்னொரு அணியாகவும் பிரிந்ததோடல்லாமல், இரு அணிகளும் ஒன்றையொன்று கடுமையாக எதிர்த்தும் நின்றன. இந்தச் சூழலில், 1937ஆம் ஆண்டு நடைபெற்ற தேர்தல் முடிவுகள் தமிழக அரசியல் நிலையை முற்றிலுமாக மாற்றிப் போட்டன.

ஆட்சியிலிருந்த நீதிக்கட்சி, தேர்தலில் தோல்வியைத் தழுவியது. காங்கிரஸ் வெற்றிபெற்று ஆட்சி அமைத்தது. ராஜாஜி தமிழ்நாட்டின் பிரதமர் (அப்போது முதலமைச்சர் பதவி என்பது பிரிமியர் என்ற பெயரில் அழைக்கப்பட்டது) ஆனார். அவரது

தலைமையில், பிரகாசம், சுப்பராயன், டி.எஸ்.எஸ். ராஜன், எஸ்.ராமநாதன் (பெரியாரோடு மிக நெருக்கமாக இருந்த அதே ராமநாதன்தான்), முனுசாமிப் பிள்ளை, கோபால் ரெட்டி, வி.வி.கிரி, ராமன் மேனன், யாகூப் ஹாசன் ஆகிய 10 பேரைக் கொண்ட அமைச்சரவை 1937, ஜூலையில் பதவி ஏற்றது.

இந்த இடத்தில் நாம் இன்னொன்றையும் பார்க்கவேண்டியுள்ளது. திராவிடம்தான் தெலுங்கர்கள் உள்ளிட்ட பிற மாநிலத்தவர்களை இங்கு பதவிகளில் அமர்த்தியது என்று ஒரு குரல் இப்போது கேட்டுக்கொண்டிருக்கிறது. மேலே உள்ள ராஜாஜியின் அமைச்சரவையைக் கவனித்துப் பாருங்கள். அவர்களுள் எத்தனை பேர் தமிழர்கள் என்று கணக்கிடுங்கள். ஆனால் இதுகுறித்து எவரும் பேசுவதில்லை. காரணம் ராஜாஜி எது செய்தாலும் நம் தமிழ்த் தேசியர்களுக்குக் கோபம் வராது. திராவிட எதிர்ப்பாளர்களின் கோபம் எல்லாம், சாதியை எதிர்த்துப் போராடிய பெரியார் மீது மட்டும்தான்.

ராஜாஜி பதவியேற்ற 1937ஆம் ஆண்டே தமிழ்நாடு ஒரு போர்க்களமாக மாறத் தொடங்கிவிட்டது. அதற்கு காரணம் அவரேதான். பதவியேற்ற ஒரு மாதத்திற்குள், தமிழகப் பள்ளிகளில் இந்தி கட்டாயப் பாடமாக்கப்படும் என்று அறிவித்தார். அந்த அறிவிப்பு தமிழ்நாட்டில் ஒரு பெரும் போராட்டத்திற்கு வித்திட்டது. அவரைத் தாண்டி, சத்தியமூர்த்தி சாஸ்திரியார், தன்னுடைய பேச்சு ஒன்றில்,

"என் கைக்கு அதிகாரம் வந்தால், நான் சர்வாதிகாரி ஆனால், இந்தியர்களை இந்தியுடன் சமஸ்கிருதத்தையும் கட்டாய பாடமாகப் படிக்கச் செய்வேன். சர்க்கார் உத்தியோகஸ்தர்கள் அத்தனை பெரும் கட்டாயம் சமஸ்கிருதம் படித்திருக்க வேண்டும் என்கின்ற நிபந்தனையும் உடனே ஏற்படுத்தி விடுவேன்" என்று குறிப்பிட்டார்.

எரிகின்ற நெருப்பில் இப்படி நெய் ஊற்றப்பட்ட பிறகு, போராட்டம் மேலும் வலுவடைந்தது. முதல் எதிர்ப்பு, துறையூர் சுயமரியாதை இயக்க மாநாட்டு அரங்கிலிருந்து வெளிப்பட்டது. தன் தலைமை உரையில் ராஜாஜியின் அறிவிப்பை எதிர்த்து முழங்கினார் அறிஞர் அண்ணா. (விடுதலை : 25-8-1937) அடுத்த எதிர்ப்பு தஞ்சைக்கு அருகில் உள்ள கரந்தைத் தமிழ்ச் சங்கத்திலிருந்து தொடங்கிற்று. ராஜாஜியின் அறிவிப்பு வந்த 20 நாள்களுக்குள் அந்த எதிர்ப்பு மக்கள் தளத்திற்கு வந்துவிட்டது. தமிழவேள் உமா மகேசுவரனார், வேங்கடாசலம் (பிள்ளை), சிவ. குப்புசாமி (பிள்ளை) ஆகியோர் முதலில் நிற்க, மாணவர் பட்டாளம் அவர்களின் பின்னால் திரண்டது. மறைமலை அடிகளார் தலைமையில்

உமா மகேசுவரனார்
மறைமலை அடிகள்
ராஜாஜி

1937, அக்டோபர் 4ஆம் தேதி சென்னை, கோகலே மண்டபத்தில் இந்தி எதிர்ப்புப் பொதுக்கூட்டம் நடைபெற்றது. அக்கூட்டத்தில் அடிகளாரும், நாவலர் சோமசுந்தர பாரதியாரும் ஆற்றிய உரைகள் தமிழகமெங்கும் உள்ள தமிழ் உணர்வாளர்களை ஒன்று திரட்டியது. தமிழறிஞர்கள், தமிழ் உணர்வாளர்கள் ஆகியோரின் எதிர்ப்பு அணி என்பது, தந்தை பெரியாரும், சுயமரியாதை இயக்கமும் உள்ளே வந்த பின்பு வெகு மக்கள் போராட்டமாக மாறியது. இந்தியை எதிர்த்து மாவட்டம்தோறும் சுயமரியாதை மாநாடுகள் நடத்தப்பட்டன. புலவர் இளஞ்செழியனின் 'இந்தி எதிர்ப்பு போராட்ட வரலாறு' என்னும் நூலில், தேதி வாரியாக ஒவ்வொரு மாவட்டத்திலும் நடைபெற்ற சுயமரியாதை இயக்க மாநாடுகளின் பட்டியல் வெளியாகியுள்ளது.

1938இல் தமிழ்நாடே போர்க்கோலம் பூண்டு நின்றது. இந்திய விடுதலைப் போராட்டம் ஒரு பக்கம் நடைபெற்றுக் கொண்டிருந்த வேளையில், இப்படி இன்னொரு நோக்கில் ஒரு மக்கள் எழுச்சி வேறு எந்த மாநிலத்திலும், கற்பனைகூடச் செய்து பார்க்க முடியாத ஒன்றாக இருந்தது. இந்தியாவின் 'தேசிய நீரோட்டத் திலிருந்து' தமிழ்நாடு பிரிந்து நின்ற நிகழ்வாகவும் அது இருந்தது.

அந்தப் போராட்ட காலத்தில், பொதுவுடைமைக் கட்சி ஏடான ஜனசக்தி 11-06-1938 அன்று, 'ஹிந்தி அவசியமா?' என்று தலைப்பிட்டு ஒரு கட்டுரையைத் தன் கட்சி நிலைப்பாடாக வெளியிட்டது. அந்தக் கட்டுரை சுயமரியாதை இயக்கத்திற்கும், பொதுவுடைமை இயக்கத்திற்கும் இடையிலான பிரிவை மேலும் பெரிதாக்கியது.

சுப.வீரபாண்டியன்

39

"மடையர்கள், வஞ்சகர்கள், மடச்சாம்பிராணிகள்"

1937-39இல் நடைபெற்ற இந்தி எதிர்ப்புப் போராட்டத்தைப் பொதுவுடைமைக் கட்சியினர், பிரிட்டிஷ் ஆதரவு நிலை, பிரிட்டிஷ் எதிர்ப்பு நிலை என இரண்டாகப் பிரித்துப் பார்த்தனர். இந்தி எதிர்ப்பு என்பது மறைமுகமான வெள்ளையர் ஆதரவு என்று தங்கள் நிலைப்பாட்டை வெளிப்படுத்தினர். 11.06.1938 இல் ஜனசக்தி வெளியிட்ட அவர்களின் கட்சி நிலைப்பாட்டைச் சற்று நாம் விரிவாகப் பார்க்க வேண்டியுள்ளது.

இந்தி எதிர்ப்பாளர்களின் உண்மையான நோக்கம் அதுவன்று எனக் கூறும் ஜனசக்தி, "இந்தச் சாக்கில் காங்கிரஸை எதிர்த்து, ஏகாதிபத்தியத்திற்கு நல்ல பிள்ளைகளாக நடப்பது தான் அவர்களுடைய உண்மையான முயற்சி" என்கிறது. ஆதலால் அவர்களைப் பற்றிய கடுமையான விமர்சனம் அக்கட்டுரையில் இடம் பெற்றுள்ளது. "பிரிட்டிஷ் ஏகாதிபத்தியத்திற்கு சிரஞ்சீவிப்

1938 இந்தி எதிர்ப்பு போராட்டம்

பட்டம் கட்டி அதன் குடை நிழலிலேயே இந்நாட்டார் சுதந்திரத் தையும், சுபிட்சத்தையும் அள்ளி அள்ளி அனுபவிக்கலாம் என எவரேனும் நினைத்தால், ஒன்று அவர்கள் ஒன்றும் புரியாத மடச் சாம்பிராணிகளாக இருத்தல் வேண்டும் அல்லது ஏகாதி பத்தியத்திற்குக் காவடி எடுப்பதன் மூலம் விலாப் புடைக்க, வயிறு வெடிக்க கொழுக்கும் சுயநல ஓநாய்களாக இருத்தல் வேண்டும். மடையர் பேச்சையும், வஞ்சகர் வீச்சையும், நியாய புத்தியும், நல்ல எண்ணமும் படைத்த எவரும் காதறுந்த ஊசி அளவுகூடப் பொருட்படுத்தமாட்டார்கள்" என்று கடுஞ்சொற் களால் சாடியுள்ளனர்.

1937ஆம் ஆண்டு தொடங்கிய இந்தி எதிர்ப்புப் போர் குறித்து, ஏறத்தாழ ஓர் ஆண்டு காலம் தம் கருத்து எதனையும் பொதுவுடைமைக் கட்சி கூறவில்லை. பெரியாரின் உள்நுழைவுக் குப் பிறகு, அது மக்கள் போராட்டமாக உருப்பெற்ற நிலையில் இக்கருத்தினை அவர்கள் வெளியிட்டுள்ளனர். அதனை அவர் களே இப்படிக் கூறியுள்ளனர் - "(ஹிந்தி எதிர்ப்பு) பொது ஜனங்களின் மனதில் லேசாகப் பரபரப்பை உண்டுபண்ணி யிருக்கிறது. இதுவரையில் இந்த விஷயத்தில் நாம் யாதொரு அபிப்பிராயமும் தெரிவிக்கவில்லை. பொதுஜன சிந்தனை குழம்பி நிற்கும் இன்று இந்த விஷயத்தில் நமது கருத்தை அவசியம் தெரிவித்துவிட வேண்டும் என்று உணருகிறோம்" என்று தெளிவாகப் பதிவு செய்துள்ளனர்.

அவர்களின் நிலைப்பாடு என்னவாக இருந்தது என்பதை

நாமும் தெரிந்து கொள்ள வேண்டும் இல்லையா? "தேசிய போராட்டத்திற்கு தேசிய பாஷை அவசியம் என்பது கைப்புண்ணைப் பார்க்கக் கண்ணாடி காட்டுகிற மாதிரி. பலதிறப்பட்ட பாஷைகள் பேசப்படும் நம் நாட்டில், தேசிய போராட்டத்திற்குப் பொது ஜன சக்தியை திரட்ட வேண்டுமானால், ஒரு பொது மொழி எவ்வளவு அவசியம் என்பது எடுத்துக்கூற வேண்டியதில்லை" என்பதே அவர்களின் கருத்தாக இருந்துள்ளது. தேசிய விடுதலைப் போராட்டத்தையே முதன்மையாகக் கருதிய அவர்கள், அந்தப் பார்வையிலேயே மொழிக் கொள்கையையும் அணுகியிருப்பது தெரிய வருகின்றது.

அப்படி ஒரு பொதுமொழியாக எதனைத் தேர்ந்தெடுக்கலாம் என்பதற்கும் ஜனசக்தி விடை கூறியுள்ளது. "தேச மக்களின் பெரும்பான்மையோரால் பேச முடிகிறதும், பேசினால் அறிய முடிகிறதுமான பாஷையே பொது பாஷையாய் இருக்க எல்லா வகையிலும் தகுதி உடையது. அப்படியானால், ஹிந்தி (ஹிந்துஸ்தானி)தான் இந்தியாவின் பொதுபாஷையாக இருக்க முற்றிலும் தகுதி உடையது என்று அழுத்தம் திருத்தமாக அறைகிறோம்" என்கின்றனர்.

இந்தியைப் பொதுமொழியாகப் பரிந்துரைக்கும் இக்கட்டுரை, இந்தியும், இந்துஸ்தானியும் ஒன்று என்பதைப் போன்ற குழப்பத்தையும் கொண்டுள்ளது.

இறுதியாக, "சமீபத்தில், இவ்விஷயமாக வெளிவந்துள்ள சர்க்காரின் அறிக்கையையும், ராஜாஜியின் விளக்கத்தையும் நன்றாகச் சிந்தித்துப் பார்த்து இந்தி எதிர்ப்பு என்னும் விஷ வலையில் சிக்கி உழலும் வாலிபர்கள் திருந்துவார்களாக!" என்ற 'அறிவுரையுடன்' கட்டுரை நிறைவடைகின்றது.

40

கூடுதல் தண்டனை கோரிய பெரியார்!

பொதுவுடைமைக் கட்சியினரின் 'அறிவுரையை' மீறித் தமிழ்நாட்டு இளைஞர்கள் இந்தி எதிர்ப்பு என்னும் 'விஷ வலையை' விரும்பி ஏற்றனர் என்பதே வரலாறு. தெருக்களில், மேடைகளில் மட்டுமின்றி, சட்டமன்றத்திலும் 1938ஆம் ஆண்டு முழுவதும் அதே பேச்சாகத்தான் இருந்தது. குறிப்பாக, 1938 ஆகஸ்ட் 18ஆம் நாள் சட்டமன்றத்தில் பெரும் புயலே வீசியது. சர் ஏ.டி. பன்னீர்செல்வம், அப்துல் அமீத்கான், அப்பாதுரை (பிள்ளை), கான்பகதூர் கலிபுல்லா ஆகிய நால்வரும் ஆட்சியாளர்களின் மீது கடும் குற்றச்சாற்றுகளை முன்வைத்தனர்.

எந்தக் குற்றவியல் திருத்தச் சட்டத்தைக் காங்கிரஸ் கட்சி 1935ஆம் ஆண்டு எதிர்த்ததோ, அதே சட்டத் திருத்தத்தை இப்போது இந்தி எதிர்ப்புப் போராட்டத்தை நசுக்குவதற்காக ராஜாஜி தலைமையிலான அரசு கொண்டுவர முயன்றது.

இந்தி ஆதிக்கத்திற்கு எதிரான தமிழர் பெரும்படை

அதனால், தமிழ்நாட்டில் மட்டுமின்றி, இந்திய அளவிலேயே அது எதிர்ப்புகளையும், கண்டனங்களையும் எதிர் கொண்டது. ரவீந்திரநாத் தாகூரும், ஜனாப் ஜின்னாவும் கூட அதனை எதிர்த்தார்கள். ஆனால் எல்லாவற்றையும் மீறி, இந்தி எதிர்ப்புப் போரை ஒடுக்குவதில் அரசு முனைப்புக் காட்டியது. பல இடங்களில் 144 தடை விதிக்கப்பட்டது. நாடெங்கும் பலர் கைது செய்யப்பட்டனர். ஆறு மாதங்கள் முதல் மூன்று ஆண்டுகள் வரையில் கடுங்காவல் சிறைத் தண்டனை விதிக்கப்பட்டது. எல்லோருக்கும் மூன்றாம் ('சி' கிளாஸ்) வகுப்புச் சிறைதான் என்றானது.

ஒடுக்குமுறைகளுக்கு அஞ்சாமல், தமிழர் பெரும்படை ஒன்று, தளபதி அழகிரிசாமி தலைமையில், 1938 ஆகஸ்ட் முதல் தேதி திருச்சியிலிருந்து புறப்பட்டு, 42 நாள்கள் நடைப் பயணத்தின் பின், செப்டம்பர் 11ஆம் தேதி சென்னையை வந்தடைந்தது. அந்தப் பேரணி தமிழகத்தில் மக்களிடையே பெரும் எழுச்சியை உருவாக்கியது. அந்தப் பேரணி சென்னை வந்தடைந்த நாளில், கடற்கரையில் நடைபெற்ற கூட்டத்தில்தான் 'தமிழ்நாடு தமிழருக்கே' என்னும் முழக்கம், மறைமலை அடிகள், நாவலர் சோமசுந்தர பாரதியார் ஆகியோர் முன்னிலையில், பெரியாரால் எழுப்பப்பட்டது.

இந்தி எதிர்ப்புப் போரில் இளைஞர்கள், பெண்கள், அவர்களுடன் சில கைக்குழந்தைகள் என எல்லோரும் சிறை சென்றனர். இறுதியில் 1938 டிசம்பரில் பெரியாரும் சிறை புகுந்தார். அவர் சிறைசென்ற நாளில், தமிழ்நாடே ஆர்ப்பரித்து நின்றது. அப்போது அவர் நீதிமன்றத்தில் அளித்த வாக்குமூலம் வரலாற்றுப் புகழ் பெற்றது. நீதிபதியின் முன்னால் நின்று, தன்னுடைய கூற்றை எழுதிப் படித்தார் பெரியார்.

தாகூர்

ஜின்னா

ஏ.டி.பன்னீர்செல்வம்

"இந்த நீதிமன்றம் காங்கிரஸ் மந்திரி சபைக்குக் கட்டுப்பட்டதாக உள்ளது. நீங்களும் ஒரு பார்ப்பனர் வகுப்பைச் சேர்ந்தவர். எனவே இந்த நீதிமன்றத்தில் நான் நியாயத்தை எதிர்பார்க்கவில்லை" என்று வெளிப்படையாகக் கூறினார். இப்படி ஒருவர் எங்கேனும் நீதிமன்றத்தில் கூறியிருப்பாரா என்று தெரியவில்லை. இறுதியில் அவர் கூறியுள்ள வரிகள் எண்ணி எண்ணி வியக்கத்தக்கனவாக உள்ளன. அந்த வரிகளை அப்படியே பார்க்கலாம் :

"எனவே கோர்ட்டாரவர்கள் தாங்கள் திருப்தி அடையும் வண்ணம் அல்லது மந்திரிமார்கள் திருப்தி அடையும் வண்ணம், எவ்வளவு அதிகத் தண்டனை கொடுக்க முடியுமோ அவ்வளவையும், பழி வாங்கும் உணர்ச்சி திருப்தி அடையும் வரைக்கும், எவ்வளவு தாழ்ந்த வகுப்பு உண்டோ அதையும் கொடுத்து, இவ்வழக்கு விசாரணை நாடகத்தை இத்துடன் முடித்துவிடும்படி வணக்கமாகக் கேட்டுக் கொள்ளுகிறேன்."

இந்தத் துணிச்சலுக்குப் பெயர்தான் பெரியார்!

41

இருபெரும் தலைவர்களை ஈன்ற போராட்டம்

அந்த வழக்கில் பெரியாருக்கு மூன்றாண்டுகள் கடுங்காவல் சிறைத்தண்டனையும், மூன்றாம் வகுப்பும் வழங்கப்பட்டன. முதலில் சென்னைச் சிறை, பிறகு பெல்லாரிச் சிறை, அதன் பிறகு சேலம் சிறை என மூன்று சிறைகளில் அவர் ஆறு மாதங்களைக் கழித்தார். அவருடைய உடல் நலிவு காரணமாக 1939 மே மாதம் 22ஆம் தேதி, எந்த நிபந்தனையும் இன்றி, அரசு அவரை விடுதலை செய்தது.

அப்போது அவர் சிறையில் இருந்தது ஆறு மாதங்கள்தான் என்றாலும், அந்த ஆறு மாதங்களில் சிறைக்கு வெளியே பல மாற்றங்கள் நடந்தன. புதிய தலைவர்கள் பலரை அக்கால கட்டம்தான் நாட்டிற்குத் தந்தது. அறிஞர் அண்ணாவும் அப்போராட்டத்தில் சிறை சென்றார். தமிழகம் அவரை அறியத் தொடங்கிய நேரம் அதுதான். பொதுவாழ்வில் அவர் சிறைசென்ற

முதல் நிகழ்வும் அதுதான். அவர் வெறும் பேச்சாளர் அல்லர், கொள்கைப் பற்றாளர், கொள்கைக்காகச் சிறை செல்லவும் தயங்காதவர் என்பதை மக்கள் புரிந்துகொள்ள அந்நிகழ்வு உதவியது.

இந்தி எதிர்ப்புப் போராட்டத்தில் அண்ணாவுக்கு 4 மாதம் சிறைத்தண்டனை. தீர்ப்பு வழங்கப்பட்டபோது, "நீதிபதி நான்கு மாதம் என்றவுடன், கருவுற்றிருக்கும் பெண்ணைப் பார்த்து மருத்துவர் நான்குமாதம் என்று சொன்னவுடன் ஏற்படும் பூரிப்பு எனக்குள்ளும் ஏற்பட்டது" என்றார் அண்ணா. அப்போது தொடங்கிய அவர் புகழ் இறுதிவரையில் -ஆம், அவர் இறக்கும் வரையில் - ஏறுமுகமாகவே இருந்தது.

அந்தப் போராட்டம் தந்த இன்னொரு தலைவர் கலைஞர். 14 வயதுச் சிறுவனாய்த் திருவாரூர்த் தெருக்களில் கொடிபிடித்து அன்று தொடங்கிய அவரது பயணம், 80 ஆண்டுகளாய் இன்றும் தொடர்கிறது. அப்போது அவர் பள்ளி மாணவர். இந்தி எதிர்ப்புப் போரில், தன் நண்பர் தென்னன் உள்ளிட்ட சிலரைச் சேர்த்துக்கொண்டு ஒரு மாணவர் எழுச்சியை அந்தப் பகுதியில் ஏற்படுத்தினார். ஒரு கையெழுத்து ஏடும் நடத்தினார். கொண்ட கொள்கையில் உறுதியாய் நின்றார். கொஞ்சம் கொஞ்சமாய்ப் பொதுவாழ்வில், தமிழகத்தில், தவிர்க்க இயலாத சக்தியானார். ஐந்துமுறை தமிழ்நாட்டின் முதலமைச்சர் என்னும் நிலைவரையில் உயர்ந்தார்.

கலைஞர் பிறந்தது திருக்குவளை என்னும் சிற்றூரில்.

திருவாரூரிலிருந்து திருத்துறைப்பூண்டி செல்லும் வழியில் 7 கி.மீ. தொலைவு பிரிந்து சென்றால் அந்தச் சிறுகிராமத்தைப் பார்க்க முடியும். அந்த ஊரில் பிறந்து திருவாரூர் அரசியலில் வெல்வதே கடினம். அவர் திருவாரூரைத் தாண்டி தஞ்சாவூர் அரசியலையும் வென்றார். இறுதியில் தமிழ்நாட்டு அரசியலிலேயே முடிசூடினார். பிறந்தது எளிய கிராமத்தில். பள்ளியில் படித்தது பெரிதாக ஒன்றுமில்லை. அவர் பிறந்த சமூகமோ மிகமிக மிகப் பிற்பட்ட ஒன்று. இவை அனைத்தையும் கடந்து அவர் தமிழகம் மட்டுமின்றி, இந்தியாவே அறிந்த தலைவரானார். இப்படி அண்ணா, கலைஞர் என்னும் இருபெரும் தலைவர்களைத் தந்த போராட்டம் இந்தி எதிர்ப்புப் போராட்டம்.

அந்தக் காலத்தில்தான், தமிழுக்காக இருவர் தங்கள் உயிர்களைச் சிறையில் பலி கொடுத்தார்கள். 1939 ஜனவரி 15ஆம் நாள் தோழர் நடராசனும், அதே ஆண்டு மார்ச் 12ஆம் நாள் தாளமுத்துவும் சிறையில் இறந்துபோனார்கள். வயிற்றுவலியால் துடித்த நடராசன் சென்னை மருத்துவமனையில் சேர்க்கப் பட்டார். மன்னிப்புக் கடிதம் கொடுத்தால் விடுதலை செய்துவிடுகிறோம் என்றது அரசு. மண்டியிடவில்லை அந்த மாவீரன். பெரியாரின் உண்மைத் தொண்டனாய்ச் சிறையிலேயே மாண்டுபோனான்.

பெரியார் சிறை செல்ல இருந்த அந்த வேளையில்தான் அவருக்குப் 'பெரியார்' என்ற பட்டமும் வழங்கப்பட்டது. அந்தப் பட்டம் ஒரு பெண்கள் மாநாட்டில் பெண்களால் அவருக்குக் கொடுக்கப்பட்டதாகும். பெரியார் ஒரு கடவுள் மறுப்பாளர், சாதி எதிர்ப்பாளர், பகுத்தறிவுச் சிந்தனையாளர் என்பதையெல்லாம் தாண்டி, அவர் ஒரு மாபெரும் பெண் விடுதலைப் போராளி என்பது மிக முதன்மையானது. அது அவரின் தனித்தன்மை. அது அவரின் உயிர்க்கொள்கை. ஆகவே அவருக்குப் பெண்கள் கூடிப் பெரியார் என்று பட்டம் சூட்டியது பொருளும், பொருத்தமும் உடையது. அதனால்தான் அப்பட்டம் இன்றுவரை நின்று நிலைத்துள்ளது.

42

விதவைச் சிறுமிகள்

ஈ.வெ.ரா. என்றும், நாயக்கர் என்றும் அழைக்கப்பட்ட அவர் 1938 இறுதியிலிருந்து பெரியார் என்றும், தந்தை பெரியார் என்றும் தமிழ்நாட்டு மக்களால் அழைக்கப்பட்டார். இன்று இந்தியா முழுவதும் இந்தியாவின் எல்லைகளைக் கடந்தும் அவருடைய புகழ் பரவியுள்ளது. தந்தை பெரியார் என்றே அவர் அறியப்பட்டுள்ளார்.

பெண்களால் போற்றப்பட்ட பெரியார், பெண்களைப் போற்றியவர். பெண்களின் சமத்துவத்திற்காகப் போராடியவர். சுயமரியாதை இயக்கம் தொடங்கிய நாள் தொட்டே, பெண் விடுதலை அவருடைய முதன்மைக் கோட்பாடுகளில் ஒன்றாக இருந்தது.

இந்திய அளவில் காந்தியாரும் பெண்களுக்காக குரல் கொடுத்துள்ளார். பால்ய விவாகம் போன்றவைகளைக்

கடுமையாக எதிர்த்துள்ளார். 'பால்ய விதவைகளைக் கட்டாயப்படுத்தி வைத்திருப்பது போன்று, இயற்கைக்கு விரோதமான பொருள் உலகில் வேறொன்றும் இல்லை என்பது எனது திடமான நம்பிக்கை. பலாத்காரத்தினால் நடத்தும் விதவை வாழ்வு பாவமானது. 15 வயதுள்ள ஒரு பால்ய விதவை, தானாகவே விதவை வாழ்வைக் கொண்டிருக்கிறாள் என்று சொல்லுவது, அவ்விதமாகச் சொல்லுவோரின் கொடூர சுபாவத்தையும், அறியாமையையும் விளக்குகிறது' என்று தன் 'நவஜீவன்' ஏட்டில் காந்தியார் எழுதியுள்ளார்.

1925ஆம் ஆண்டு இப்படி ஓர் அரசியல் தலைவர் எழுதுவது, மிகப்பெரிய முற்போக்குச் சிந்தனையே ஆகும். ஆனால் அவரிடமிருந்த மதம் சார்ந்த எண்ணங்கள், இந்தச் சிக்கலுக்கான தீர்வை முன்வைக்கும்போது வேறு வடிவம் கொள்கின்றன. அதே

கட்டுரையில்...

'அமைதியுடன் தங்கள் துன்பத்தைச் சகித்துக்கொண்டு, தங்களுடைய உண்மையான கருத்தை தங்களின் பெற்றோர் அல்லது போஷகர்களான ஸ்திரி, புருஷர்களிடம் தைரியமாகச் சொல்லிவிட வேண்டும். அவர்கள் அதைக் கவனிக்காவிட்டால் தாங்களே ஒரு யோக்கியமான புருஷன் கிடைத்தால் உடனே விவாகம் செய்துகொள்ளட்டும். அதுவரையில் யோக்கியமான புருஷனை அடைய தமயந்தி, சாவித்திரி முதலியவர்கள் போல் தவம் செய்வதே ஏற்ற வழியாகும்' என்று அவருக்குச் சரியெனப்பட்ட ஒரு தீர்வை முன்வைக்கின்றார்.

சமூக சீர்திருத்த எண்ணம் இருந்தாலும், மதச்சிந்தனை உடையவர்களால் இந்த எல்லை வரையில்தான் வர முடியும் என்பதை நம்மால் புரிந்துகொள்ள முடிகிறது. ஆனால், மதவழிப்பட்ட கருத்துகளில் இருந்து விடுபட்ட பெரியாரால், அடுத்த கட்டத்தை எட்ட முடிகிறது.

தொடர்ந்து கைம்பெண் மறுமணங்களை (விதவா விவாகம் என்ற பெயரில்) நடத்துவதைத் தன் வேலைத் திட்டங்களில் ஒன்றாகவே சுயமரியாதை இயக்கம் மேற்கொண்டது. இயக்கத் தோழர்களின் குடும்பங்களில் மட்டுமின்றித் தன் சொந்த வீட்டிலும் அப்படியொரு திருமணத்தை கடும் எதிர்ப்புகளுக் கிடையில் பெரியார் நடத்தி வைத்துள்ளார். அதுவும் 1909 ஆம் ஆண்டே அவர் செய்துள்ளார்.

பெரியாரின் தங்கை மகள் அம்மாயிக்கு, ஒன்பது வயதிலேயே திருமணம் நடந்து, 30 ஆவது நாளே அந்த 12 வயது கணவன் இறந்துபோய்விடுகிறான். அதற்குப் பிறகு 3 ஆண்டுகள் கழித்துத்தான் அம்மாயி பூப்படைகிறாள். வயதுக்கு வருவதற்கு முன்பே விதவையாகிவிட்ட அம்மாயி, காலம் முழுவதும் அந்நிலையிலேயே இருக்கவேண்டும் என்பதுதான் இந்துமதச் சட்டம். இதனைப் பெரியாரால் ஏற்க முடியவில்லை.

தன் தாய், தந்தைக்குக்கூட தெரியாமல் அந்தப் பெண்ணைச் சிதம்பரத்திற்கு அனுப்பி, ரகசியமாக மறுமணம் செய்துவைத்து விடுகிறார் பெரியார். செய்தி தெரிந்து பெரியாரின் தந்தை வெங்கட்டப்ப நாயக்கர், தனக்குப் பெரிய அவமானம் நிகழ்ந்து விட்டது என்று கருதி, ஒரு மூலையில் போய் அமர்ந்துவிடுகிறார். தாயார் சின்னத்தாயம்மாளோ, தூக்கில் தொங்கவே முடிவெடுத்துவிடுகிறார். அவர்களைச் சமாதானப்படுத்தினாலும் ஊரைச் சரி செய்ய முடியவில்லை.

ஊர்கூடி, பெரியாரின் குடும்பத்தையும் அவர்கள் உற்றாரின் குடும்பங்களையும் சாதி விலக்கம் செய்துவிட்டனர். ஆறு

ஆண்டுகள் சாதியை விட்டு அவர்கள் தள்ளி வைக்கப்பட்டனர். பெரியாரின் தந்தை, ஊருக்கே பணக்காரர், பெரிய வணிகர்; ஆனாலும் சாதி, மத ஆதிக்கம் பொருளாதார வலிமையைக் கூடப் பின்னுக்குத் தள்ளியுள்ளது.

ஆறு ஆண்டுகளுக்குப் பிறகும் கூட, அந்தத் தடை தானாக விலகவில்லை. ஈரோடு நகர்மன்றத் தேர்தலில் போட்டியிட்டு வெற்றிபெற்ற பெரியார், நகர்மன்றத் தலைவராகத் தேர்ந்தெடுக்கப்பட்டார். அப்போது ஊரில் உள்ள அனைவரும், அவர் வீட்டுக்கு வந்து அவரைப் பாராட்டினர். அந்த நிகழ்வுகளைப் பார்த்த பின்பு, மற்ற சாதியார் எல்லாம் சீர் கொண்டு போய்க் கொடுத்துப் பாராட்டும்பொழுது, நாம் மட்டும் சும்மாயிருப்பதா என்று எண்ணி அவரின் சாதியாரும் வீட்டுக்கே வந்து பாராட்டியுள்ளனர். சும்மா வரவில்லை. மேளதாளத்துடன் வந்து 7-8 ரூபாயில் ஒரு வேட்டியும் வாங்கி வந்து கொடுத்துள்ளனர்.

ஆனாலும் சாதி விலக்கம் செய்யப்பட்டவர் வீட்டில் எதுவும் குடிக்கவோ, உண்ணவோ மாட்டார்கள். இவர்கள் என்ன செய்கிறார்கள் என்று பார்க்கலாம் என்று கருதிய பெரியார், நாகம்மையாரிடம் சொல்லி, எல்லோருக்கும் குடிக்கக் காபி கொடுக்கச் சொல்லியுள்ளார். முதலில் அவர்கள் தயங்கியுள்ளனர். ஒருசிலர் வாங்கிக் குடித்தவுடன் மளமளவென்று அனைவரும் வாங்கிக் குடித்துள்ளனர். ஓர் அண்டா காப்பியும் தீர்ந்து, இன்னொரு அண்டா போடும்படி ஆகிவிட்டது. 'அன்று முதலே எங்களைத் தள்ளி வைத்தது தீர்ந்து போய்விட்டது' என்று வேடிக்கையாக எழுதுகிறார் பெரியார்.

இது ஒருவிதமான சாதி அரசியல். இன்றைக்கும் ஒரு சாதியில் உள்ள சாதாரணமான மனிதன் தன் சாதிச் சட்டத்திற்கு எதிராக ஏதும் செய்துவிட்டால், ஊரே கூடி அவனைக் கண்டிக்கும் அல்லது தண்டிக்கும். ஆனால் அதே சாதியைச் சேர்ந்த புகழ்மிக்க பதவியில் உள்ள பெரும்செல்வம் கொண்ட ஒருவர் அதே செயலைச் செய்தால், எதிராக ஒரு துரும்பைக் கூட எடுத்துப் போட மாட்டார்கள்.

இப்படித் தன் குடும்பத்தை எதிர்த்துக் கொண்டு ஊரையும் பகைத்துக் கொண்டு, பெண்களின் உரிமைகளுக்காக, விதவைத் திருமணத்தை ஏன் அவர் நடத்தி வைத்தார் என்பதைக் காண வேண்டும்.

அன்று குழந்தை மணம் நடைமுறையில் இருந்ததாலும், மருத்துவ அறிவியல் வளர்ச்சி இல்லாத காலம் அது என்பதாலும், சிறுவர்கள் பலர் இறந்துபோக, நாடு முழுவதும் ஆயிரக் கணக்கான சிறுமிகள் கைம்பெண்களாக இருந்தனர். 1921ஆம்

ஆண்டு, மக்கள் தொகைக் கணக்கெடுப்பின்படி 8 வயதுக்கு உட்பட்ட கைம்பெண்களின் எண்ணிக்கை 85,037 ஆகும். இதனைவிடக் கொடுமை வேறு என்ன இருக்க முடியும்? இந்தக் கொடுமையை -இதுதான் இந்து தர்மம் என்று ஆதரித்துப் பேசியவர்களின் வழிவந்தவர்கள்தாம் இன்று இஸ்லாமியப் பெண்களுக்காக கண்ணீர் வடித்து, நாடு முழுவதும் பொது சிவில் சட்டம் கொண்டு வர வேண்டும் என்கின்றனர்.

குழந்தை மணத்தையும், சிறுமிகள் காலம் எல்லாம் கைம்பெண்களாக வாழ வேண்டும் என்று கூறுவதையும் கடுமையாகப் பெரியார் எதிர்த்தார். அவற்றை எதிர்த்துச் சுயமரியாதை இயக்கம், நாடு முழுவதும் பரப்புரை செய்தது.

ஒரு பெண்ணை விதவையாக இருக்கச் சொல்லிக் கொடுமைப்படுத்துவதை விட, உடன்கட்டை ஏறச் சொல்லி விடுவதே மேல் என்று பெரியார் கருதினார். அது ஒரு கருணைக் கொலையாகவாவது இருந்துவிட்டுப் போகட்டும் என்றார்.

'உயிருடன் கடத்தப்பட்ட பெண்ணுக்கு ஒரு மணி நேரம்தான் கஷ்டம் இருந்திருக்கக் கூடும். ஆனால் அந்தப்படி நடவாமல் காப்பாற்றப்பட்ட பெண்ணுக்கு அவள் ஆயுள்காலம் முழுவதும் அங்குலம் அங்குலமாகச் சித்திரவதை செய்வது போன்ற கஷ்டத்தை விநாடிதோறும் அனுபவித்து வர நேர்கிறதா, இல்லையா?' என்று அவர் கேட்டார்.

புறநானூற்றுப் பாடல் ஒன்று. இதே சிந்தனை கொண்டதாக அமைந்துள்ளது.

43

பெண்கள் மறக்கலாமா பெரியாரை?

பழந்தமிழ் மன்னன் பூதப்பாண்டியன் இறந்துபட, அவன் மனைவியும் அரசியுமான பெருங்கோப்பெண்டு தீப்பாய முயல்கிறாள். சான்றோர்கள் அவளைத் தடுத்து நிறுத்த முயல்கின்றனர். அப்போது அந்த அரசி, 'உடன்கட்டை ஏறாமல் என்னைத் தடுப்பதன் மூலம், கைம்மைத் துன்பத்திற்கு என்னை ஆளாக்குகின்றீர்களா' என்று வினவுகிறாள்.

துன்புறு வனநோற்றுத் துயருறு மகளிரைப்போல்
அன்பனை இழந்தேன்யான் அல்லல் கொண்டழிவவோ

என்று அன்று அந்த அரசி கேட்டதைத்தான் பெரியார் இன்று நம் காலத்தில் கேட்டுள்ளார். தீயில் விழுந்து இறந்து போவதை விடக் கைம்மை நோன்பு கொடியது என்றால், பெண்களுக்குக் காலம் காலமாக இழைக்கப்பட்டு வரும் கொடுமையை என்னென்பது!

சுயமரியாதை

கைம்மை நோன்பு பற்றி மட்டுமல்லாது, காதல், கற்பு, குழந்தை பெறுதல் உள்ளிட்ட எல்லா நிலைகளிலும், பெண் களின் பக்கம் நின்றே பெரியார் சிந்தித்துள்ளார். 'தீண்டாமை இழிவு நீங்க இஸ்லாமே இன்மருந்து' என்று சொன்ன பெரியார், அந்த மதத்தில் உள்ள பர்தா, கோஷா போன்ற முறைகளை முற்றிலுமாக மறுத்துள்ளார். 'ஆண்-பெண் என்னும் இரு பிறப்பிற்கும் பொதுவான, சுயேட்சையான கற்பு முறை வேண்டும்' என்கிறார்.

திருமணத்துக்குப் பிறகும் கூட ஒரு பெண்ணுக்கு காதல் வரலாம் என்று சொல்லும் பெரியார், கற்புக்காகப் புருஷனின் மிருகச் செயலை எல்லாம் பொறுத்துக்கொண்டிருக்க வேண்டிய தில்லை என்று சமூகத்தின் பொதுப்புத்திக்கு எதிரான கருத்தை முன்மொழிகிறார். "கற்புக்காக மனத்துள் தோன்றும் உண்மை அன்பை, காதலை மறைத்துக் கொண்டு, காதலும், அன்பும் இல்லாதவனோடு இருக்க வேண்டும் என்ற சமூகக் கொடுமையும் ஒழிய வேண்டும்" என்று தனக்குச் சரியென்று பட்ட நியாயத்தை

எவருக்கும் அஞ்சாமல் எடுத்துரைக்கின்றார்.

இன்னும் ஒரு படி மேலே போய், பெருந்துறை அருகில் ஒரு கிராமத்தில் 26.01.1931 அன்று பேசும்போது, "ஆண் இரண்டு வைப்பாட்டிகளை வைத்துக் கொண்டால், பெண் மூன்று ஆசை நாயகர்களை வைத்துக்கொள்ள முற்பட வேண்டும்" என்று மிகத்துணிச்சலாகக் கூறுகின்றார். அப்போதே இக்கூற்றுக்கு எதிர்ப்பு எழுந்தது. பெரியார் ஒழுக்கக் கேட்டிற்கு வழிவகுக்கிறார் என்றார்கள். அதற்கெல்லாம் பெரியார் அசைந்து கொடுக்கவில்லை. "அப்படி ஒழுக்கம் பற்றிக் கவலைப்படும் பெரிய மனிதர்கள் முதலில் ஆண்களை ஒழுக்கமாக இருக்கச் சொல்லுங்கள் என்றார். இரண்டு பேரும் அப்படி நெறி தவறிப் போக வேண்டும் என்பது அவருடைய நோக்கமில்லை. "அப்போதுதான் நிலைமை சரிப்பட்டுப் போகும். உடனே உண்மையான சமரசம் தோன்றும்" என்று தன் நோக்கைத் தெளிவாக அவர் வெளிப்படுத்தினார்.

எப்போதுமே எதனையும் 'ஓங்கிச் சொல்லுதல்' என்பது பெரியாரின் இயல்பு. அப்படிச் சொன்னால்தான், ஓரளவேனும் ஒத்து வருவார்கள் என்று அவர் கருதினார். உலகமே சிந்தித்துப் பார்க்காத காலத்தில், கர்ப்பத்தடை பற்றி பேசியவரும் பெரியார்தான்.

கர்ப்பத்தடை குறித்து 1930 ஏப்ரலில் 'குடியரசு' இதழில் தலையங்கம் எழுதியுள்ளார். இந்திய அரசே 1952இல்தான், குடும்பக் கட்டுப்பாடு திட்டத்தைக் கொண்டு வந்தது. அதற்கான மருத்துவ முறைகள்கூடத் தோன்றியிராத காலத்தில், பெரியார் கருத்தடை குறித்துப் பேசியது பெருவியப்பு என்றே கூற வேண்டும். அவர் கருத்தை ஏற்றுத்தான் புரட்சிக் கவிஞர் பாரதிதாசன்...

**காதலுக்கு வழிவைத்துக் கருப்பாதை சாத்தக்
கதவொன்று கண்டறிவோம் இதிலென்ன குற்றம்?**

என்று கேட்டார். அதிலும் மிகச் சிறப்பான செய்தி எதுவெனில், அதற்குப் பெரியார் சொன்ன காரணம்தான். "பெண்களின் உடல் நலத்தை உத்தேசித்தும், பிள்ளைகளின் நன்மையை உத்தேசித்தும், நாட்டின் தரித்திர திசையை உத்தேசித்தும், குடும்பச் சொத்து குறையாமல் இருக்க வேண்டும் என்பதை உத்தேசித்தும் கர்ப்பத்தடை அவசியம் என்று (மற்றவர்கள்) கூறுகின்றார்கள்" என்று கூறும் பெரியார், "பெண்கள் விடுதலை அடையவும், சுயேட்சை பெறவும் கர்ப்பத்தடை அவசியமென்று நாம் கூறுகிறோம்" என்று முற்றிலும் வேறுபட்ட கோணத்தில் தன் கருத்தை வெளிப்படுத்துகின்றார்.

பெண்கள் மறக்கலாமா பெரியாரை?

44

பிறந்தது திராவிடர் கழகம்

கர்ப்பத்தடையைத் தாண்டி, 'கலியாண ரத்து' (மணமுறிவு) உரிமையையும் பெரியார் வலியுறுத்தினார். இன்று மணமுறிவு என்பது சாதாரணமாகி விட்டது. குடும்ப நீதிமன்றங்களில்தான் இன்று மக்கள் கூட்டம் கூட்டமாக அமர்ந்துள்ளனர். திருமணமாகிச் சில மாதங்களிலேயே நீதிமன்றத்துக்கு வந்துவிடும் இளைய தலைமுறையினரை இன்று நாம் 'பார்க்கிறோம்.' இதனையா பெரியார் விரும்பினார் என்று கேட்கலாம்.

பெண்கள் எந்த உரிமையுமற்று அடிமைகளாக இருந்த அன்றைய சமூகத்தில் பெரியார் அந்த ஆயுதத்தைக் கையில் எடுத்தார். அப்போதும் கூட அதனை இரு பாலாருக்கும் வேண்டும் என்றுதான் அவர் கூறினார். "திருமண ரத்து என்பது, கணவன்-மனைவி ஆகியவர்களுக்கு இருக்க வேண்டிய தற்காப்பு ஆயுதம். இதைக் கொண்டு இருவருமே அடிக்கடி குத்திக்

கொள்வார்கள் என்று கூறுவது அபத்தம்'' (1946 செப்.4 -விடுதலை -தலையங்கம்) என்றார் பெரியார். ஆனால் இன்று நிலைமை இப்படி ஆகிவிட்டதே என்று நமக்குத் தோன்றலாம். சில மாற்றங்களும், உரிமைகளும் தொடங்கும் போது இப்படித்தான் இருக்கும். காலப்போக்கில் இவை சரியாகிவிடும். அதே நேரத்தில் இனி ஆண்கள் பெண்களை அடிமைகளாக வைத்துக் கொள்ள இயலாது என்ற நிலை உருவாகிக் கொண்டுள்ளதை எண்ணி நாம் அனைவரும் மகிழ வேண்டும்.

"எல்லாத் திருமணங்களையும் பதிவு செய்துவிட வேண்டும்" என்றும் பெரியார் கூறினார். அவருடைய நோக்கமெல்லாம் முழுமையான குடும்ப ஜனநாயகத்தைக் கொண்டு வந்துவிட வேண்டும் என்பதுதான். என்ன செய்தும் குடும்பத்தில் ஜனநாயகம் வரவில்லை, ஆண்களின் கையே ஓங்கியிருக்கிறது என்றால் என்ன செய்யலாம் என்பது குறித்து, 24-06-1973 அன்று பெங்களூரில் அவர் பேசிய பேச்சு ஒன்று இன்றுவரை பலரால் எதிர்மறையாகக் கூறப்பட்டு வருகிறது. அந்தக் கூட்டத்தில் பெரியார்,

"இதற்கு ஒரு பரிகாரம் என்னவென்றால், 'கலியாணம்' என்பதையே சட்ட விரோதமாக ஆக்க வேண்டும். இந்தக் கலியாணம் என்ற அமைப்பு முறை இருப்பதால்தான், கணவன்-மனைவி என்ற உறவும், பெண் அடிமைத்தன்மையும் உருவாகிறது" என்று பேசினார்.

இக்கூற்றின் உள்ளார்ந்த பொருளை விட்டுவிட்டு, பெரியார் தன் இறுதி நாள் பேச்சுகளில் இந்தச் சமுதாயத்தையே சீர்குலைக்கும் வகையில் பேசிவிட்டார் என்று சில 'அறிவுஜீவிகள்' குரல்கொடுத்துக் கொண்டுள்ளனர். குடும்ப ஜனநாயகம் என்பதுதான் அவருடைய இலக்கு. அது கிட்டாது என்றால்,

அயோத்திதாச பண்டிதர்

கால்டுவெல்

சி.நடேசன்

இந்தக் குடும்ப அமைப்பையே புறக்கணிக்கும் அளவுக்கு அவர் சென்றார். இந்த அமைப்பு முறை, நாம் வகுத்துள்ள பண்பாட்டு நெறிகள் போன்ற எல்லாவற்றையும் தாண்டி, சமத்துவம், ஜனநாயகம், சகோதரத்துவம் ஆகிய மூன்றுமே பெரியாருக்கும், சுயமரியாதை இயக்கத்துக்கும் பெரிதெனப்பட்டன.

இக்கோட்பாடுகளை உள்ளடக்கிய தமிழ்ச் சமூகம் என்ற பொருளில்தான், அவர் 'திராவிடம்' என்னும் சொல்லை முன்னெடுத்தார். "தமிழன் என்று சொன்னால், பார்ப்பான் நானும் தமிழன்தான் என்று சொல்லி உள்ளே வந்துவிடுவான், திராவிடன் என்றால் எந்தப் பார்ப்பானும் தன்னை ஒரு திராவிடன் என்று சொல்ல முன்வரமாட்டான்" என்றார் பெரியார்.

19ஆம் நூற்றாண்டிலேயே திராவிடன் என்ற சொல் வழக்கிற்கு வந்துவிட்டது. கால்டுவெல்லுக்குப் பிறகு அச்சொல், தமிழனுக்குப் பெருமை சேர்க்கும் சொல்லாயிற்று. 19ஆம் நூற்றாண்டின் இறுதியில் அயோத்திதாசப் பண்டிதர், அச்சொல்லைக் கொண்டு ஓர் இயக்கத்தைத் தொடங்கினார். தன் இறுதிக்காலம் வரையில் தன் எழுத்துகளில் அவர் அச்சொல்லைப் பயன்படுத்தினார்.

1912ஆம் ஆண்டு சி. நடேசனார் தொடங்கிய "மெட்ராஸ் யுனைடெட் லீக்' என்னும் சங்கம், மறு ஆண்டு 'திராவிடர் சங்கம்' என்று மாற்றப்பட்டது. 'பிராமணர் அல்லாத சங்கம்'

என்னும் பெயர் முதலில் முன் மொழியப்பட்டு, 'எதிர்மறையாக நாம் ஏன் ஒரு பெயரைத் தேர்ந்தெடுக்க வேண்டும்' என்ற சிந்தனையின் அடிப்படையில் திராவிடர் சங்கம் ஆனது. ஆதலால், பார்ப்பனர் அல்லாதோர் என்பதே திராவிடர் என்றானது என்பதை நம்மால் புரிந்துகொள்ள முடிகிறது.

காங்கிரசை விட்டு விலகிச் சுயமரியாதை இயக்கம் கண்ட பெரியார், அந்த இயக்கத்தில் இருந்தபடியே, 1938இல், நீதிக்கட்சிக்குத் தலைவரானார். 1944 ஆகஸ்டில், நீதிக்கட்சி 'திராவிடர் கழகம்' என்று பெயர் மாற்றப்பட்டது. சுயமரியாதை இயக்கம், நீதிக்கட்சி எல்லாவற்றையும் உள்வாங்கிக் கொண்டு, 1944ஆம் ஆண்டு இம்மண்ணில் திராவிடர் கழகம் பிறந்தது.

45

பெரியார் வாழ்கிறார்!

சேலத்தில் 27-08-1944 அன்று நடைபெற்ற வரலாற்றுப் புகழ் பெற்ற மாநாட்டில், தென் இந்திய நல உரிமைச் சங்கம் என்னும் பெயர் 'திராவிடர் கழகம்' என்று மாற்றப்பட்டது. இப்பெயர் மாற்றம் குறித்து இன்றும் தவறான பல தகவல்கள் உலவிக்கொண்டுள்ளன. மாநாட்டின் காலை வேளையில் 'தமிழர் கழகம்' என்றுதான் பெயர் சூட்டப்படுவதாக இருந்தது என்றும், பிறகு தமிழரல்லாத தலைவர்கள் அப்பெயரைத் திராவிடர் கழகமாக மாற்றிவிட்டனர் என்றும் சற்றும் உண்மையில்லாத செய்தியைச் சிலர் பரப்பி வருகின்றனர்.

"மதிய உணவு இடைவேளையில் சத்தியமூர்த்தி ஐயர் தொலைபேசியில் சொன்ன அறிவுரைப்படிதான் திராவிடர் கழகம் என்னும் பெயர் மாற்றம் நடந்தது. பிராமணரின் பேச்சைக் கேட்டுத்தான் பெரியார் இப்படிச் செய்தார்" என்று ஒரு பெரிய

குண்டைத் தூக்கிப் போட்டது 'எழுகதிர்' என்னும் மாத இதழ். என்ன வேடிக்கை என்றால், சத்தியமூர்த்தி ஐயர் 1943 மார்ச் மாதமே இறந்துபோய் விட்டார். அவர் எப்படி 1944 ஆகஸ்டில் தொலைபேசுவார்? இதனைத் தோழர் விடுதலை ராஜேந்திரனும், நானும் அப்போதே சுட்டிக்காட்டி எழுதினோம். இன்றுவரை அந்த ஏடு ஒரு வருத்தம் கூடத் தெரிவிக்கவில்லை. திராவிட எதிர்ப்பாளர்களின் நாணயம் இப்படித்தான் உள்ளது.

1938 தொடங்கி, பல மாவட்டக் கிளைகளும் கட்சியின் பெயரைத் திராவிடர் கழகம் என்று பெயர் மாற்ற வேண்டும் என்னும் தீர்மானத்தை நிறைவேற்றியுள்ளன. 'விடுதலை' ஏட்டில் தேதி வாரியாக அந்தத் தீர்மானங்களைப் பார்க்க முடிகிறது. மாநாட்டுக்கு இரண்டு வாரங்களுக்கு முன்பு 'குடியரசு' ஏட்டின் தலையங்கத்திலேயே, "நாம் திராவிடர், நம் கழகம் திராவிடர் கழகம், நமக்கு வேண்டியது திராவிட நாடு" என்னும் முழக்கங்களோடு சேலம் வருக என்றுதான் எழுதப்பட்டுள்ளது.

தோழர்கள் அண்ணாதுரை தீர்மானம், பாண்டியன்

தீர்மானம் ஆகிய இரண்டு தீர்மானங்களையும் சேலம் மாநாட்டில் நிறைவேற்றி விட வேண்டும் என்று ஆகஸ்ட் 19ஆம் தேதியே பெரியார் எழுதியுள்ளார். அண்ணாவின் தீர்மானம்தான் திராவிடர் கழகப் பெயர் மாற்றம். பாண்டியன் (சௌந்தர பாண்டியனார்) தீர்மானம் என்பது, சுயமரியாதைக் கொள்கைகள் அனைத்தும் திராவிடர் கழகச் சமுதாயக் கொள்கைகள் என்பதாகும்.

எனினும் இப்பெயர் மாற்றத்திற்கு எதிர்ப்பே இல்லை என்று சொல்லிவிட முடியாது. ஒரு சிலர் எதிர்த்தனர். அவர்களும் மாநாட்டுப் பந்தலில் எதிர்க்கவில்லை. தீர்மானம் ஒருமனதாகத்தான் நிறைவேறியுள்ளது. மாநாடு முடிந்தபின் அறிக்கை விட்டனர். அப்போதும் அவர்கள் தமிழர் கழகம் என்ற பெயரை எல்லாம் முன்மொழியவில்லை. தென் இந்திய நல உரிமைச் சங்கமாகவே இருக்க வேண்டும் என்றுதான் கூறினர்.

அதே பெயரில் கட்சி நீடிக்க வேண்டும் என்று கூறி, 17.09.1944 இல் சென்னையில் மாநாடு என்ற பெயரில் ஒரு கூட்டத்தைக் கூட்டினர். அதில் 20 முதல் 30 பேர்கள் கலந்து கொண்டனர். அந்தக் கூட்டத்தில் அவர்கள் நிறைவேற்றிய தீர்மானங்களில் ஒன்று,(கடைசித் தீர்மானம்) "ஜஸ்டிஸ் மேடைகளில் இனிமேல் கடவுள் எதிர்ப்பு, மத எதிர்ப்புப் பேச்சுகள் கூடாது" என்பதாகும். அக்கூட்டத்தின் மூன்றாவது தீர்மானத்தின்படி, பி. ராமச்சந்திர ரெட்டியார் தலைவராகத் தேர்ந்தெடுக்கப்பட்டார். பெரியாரால் தமிழ் அழிந்துவிட்டது, திராவிடம் என்ற பெயரில் தெலுங்கர்கள் பெரிய பதவிகளுக்கு வந்துவிட்டனர் என்றெல்லாம் புலம்புகின்றவர்கள், பெரியா ருக்கு எதிராகத் தொடங்கப்பட்ட கட்சியின் தலைவர் ஒரு ரெட்டியார் என்பதை நினைவில் கொள்ள வேண்டும். அவர்கள் தென் இந்திய நல உரிமைச் சங்கம் என்னும் பெயரிலேயே கட்சி தொடரும் என்று தீர்மானித்தனர். பெயர் தொடர்ந்தது. கட்சி தொடரவில்லை.

அதே நாளில், 20,000 மக்களுக்கு முன்னால், திருச்சி மாநாட்டில் தந்தை பெரியார் உரையாற்றினார். அவர் உரையின் ஒரு பகுதி இதோ:

"திராவிடர் கழகம் என்பதை எதிர்ப்பது யோக்கியமாகாது. திராவிடர் கழகம் என்ற பெயரை எதிர்க்கின்றவன் ஒருவனாவது உண்மையிலேயே யோக்கியனாக இருக்க மாட்டான். கடந்த ஐந்து ஆண்டுகளாகவே இதை வலியுறுத்தி பிரச்சாரம் செய்து வருகிறோம். எவனாவது அந்தக் காலத்தில் எதிர்த்தானா?

திராவிட வாலிபர்கள் இந்த நல்ல சந்தர்ப்பத்தில் வெளியில்

வந்து மக்கட் பணி புரிய வேண்டும். மக்கட்குத் தொண்டாற்றக் கூடியவன் மான அவமானத்தைக் கவனித்தல் கூடாது. வீட்டைக் கவனிக்கக் கூடாது. என்னைப் பற்றிக் குறை கூறுவோர் பலர். அதிலும் பணம் சார்பு சம்பந்தமாகக் கட்டுப்பாடாகச் செய்யும் பிரச்சாரம், பார்ப்பனப் பத்திரிகைகள் செய்யும் விஷமப் பிரச்சாரம் ஆகியவை மலைபோல்! நான் அவைகளையெல்லாம் கவனிக்காமல் இருப்பதால்தான், என்னுடைய மானம் அப்படியே நிலைத்து நிற்கிறது. எது சொன்னாலும் 'ஆம் அப்படித்தான், முடிந்ததைப் பார்' என்பேன். சமாதானம் சொல்ல ஆரம்பித்தால் எதிரி ஜெயித்து விடுவான். நான் சமாதானம் செய்வது என் மனத்துக்குத்தான்.

வாலிபத் தோழர்களே! உண்மை, ஒழுக்கம், தைரியம் ஆகிய மூன்றையும் நீங்கள் கொண்டு காரியத்தைத் துணிவுடன் நடத்துவீர்களானால், வெற்றி உங்களை வந்து பணியும்"

திராவிடர் கழகம் தொடங்கிய வேளையில் பெரியார் சொன்ன அறிவுரை இதுதான். உண்மை, ஒழுக்கம், துணிவு ஆகிய மூன்றும் உடையவர்கள் இன்றும், என்றும் பெரியாரின் தொண்டர்களாய், சுயமரியாதைச் சுடரொளிகளாய், திராவிட இயக்க அடலேறுகளாய் இத்தமிழ் மண்ணில் உலா வருவார்கள்! மக்கள் பணியில் தங்களை அர்ப்பணித்துக் கொள்வார்கள்!!

தடை பல கடந்து பெரியார் இன்றும் வாழ்கிறார், என்றும் வாழ்வார்!!

குறிப்புகளுக்காக...